சந்தியா
பதிப்பகம்

30.07.1950இல் திருநெல்வேலியில் பிறந்த கவிஞர் கலாப்ரியாவின் இயற்பெயர் சோமசுந்தரம். 50 ஆண்டு காலமாக நவீன கவிதையின் சுடரொளியாயும் தணலாயும் கனன்று கொண்டிருக்கிறார்.

கலாப்ரியாவின் முதல் கவிதைத் தொகுப்பு வெள்ளம் 1973ஆம் ஆண்டு பிரசுரமானது. தொடர்ந்து தீர்த்த யாத்திரை (1973) மற்றாங்கே (1979) எட்டயபுரம் (1983) சுயம்வரம் (1985) உலகெல்லாம் சூரியன் (1993) அனிச்சம் (2000) வனம் புகுதல் (2003) எல்லாம் கலந்த காற்று (2007) நான் நீ மீன் (2011) உளமுற்ற தீ (2013) தண்ணீர் சிறகுகள் (2014) சொந்த ஊர் மழை (2015) தூண்டில் மிதவையின் குற்ற உணர்ச்சி (2016) பனிக்கால ஊஞ்சல், பேனாவுக்குள் அலையாடும் கடல் (2017), சொல்உளி(2018) என 18 கவிதைத் தொகுப்புகளும் கலாப்ரியா கவிதைகள் என்ற பெருந்தொகுப்பு நூல் மும்முறையும் வெளியாகியுள்ளன.

கலாப்ரியாவின் கவிதைகள் துயரத்தில் புரண்டு கொந்தளித்து எழும் சொற்களால் ஆனவை. ‘Conditioned Being’ என்ற நிலையிலிருந்து ‘Being unconditioned’ என்ற நிலையே கலாப்ரியாவின் படைப்பு நிலையும் வாழ்நிலையும் என்று சொல்லலாம். ரோட்டரி சங்கச் செயற்பாடுகளிலும் கலந்து கொள்ள முடிகிறவரால், சாதாரண எம்.ஜி.ஆர். ரசிகன் மனோபாவத்தையும் அடையமுடிகிறது. சபரிமலைக்குப் புனிதப் பயணம் செல்பவரால் சினிமாவின் வெப்ப நாயகிகளைப் பற்றியும் எழுத முடிகிறது.

‘வெள்ளம்’ கவிதைத் தொகுப்பு வெளிவந்து 36 ஆண்டுகளுக்குப் பிறகு 2009ஆம் ஆண்டில் அவருடைய ‘நினைவின் தாழ்வாரங்கள்’ என்ற கட்டுரைத் தொகுப்பு வெளிவந்தது. வாழ்வும் வாழ்வனுபவங்களும் பொதியப் பெற்ற கடந்த காலத் தாழி ‘நினைவின் தாழ்வாரங்கள்’. இவரது மொழியும் ஞாபக சக்தியும் இவரை உரை நடையில் உச்சம் தொட வைத்தன. சினிமா, கவிதையியல் பற்றிய கட்டுரைகள் என, இன்று வரை 15 உரைநடைத் தொகுப்புகள் வெளியாகியுள்ளன.

கலாப்ரியாவின் முதல் நாவல் ‘வேனல்’, 2017இல் வெளிவந்தது. அதே ஆண்டில் கலைஞர் பொற்கிழி விருதும் கலாப்ரியாவுக்கு அளிக்கப்பட்டது. கலைமாமணி விருது, சிற்பி இலக்கிய விருது ஜெயகாந்தன் விருது, மனோன்மணீயம் சுந்தரனார் விருது உள்ளிட்ட எண்ணற்ற விருதுகளும் பெற்றவர் கலாப்ரியா. இப்போது முதன் முறையாக “வானில் விழுந்த கோடுகள்” என்கிற சிறு கதைத் தொகுப்பை எழுதியுள்ளார். சந்தியாபதிப்பகம் பெருமையுடன் வெளியிடுகிறது.

பாடலென்றும் புதியது

கலாப்ரியா

சந்தியா பதிப்பகம்
சென்னை - 83

பாடலென்றும் புதியது

© கலாப்ரியா

முதற்பதிப்பு: 2018

அளவு: டெமி ● தாள்: 60gsm ● பக்கம்: 120
அச்சு அளவு: 11 புள்ளி ● விலை: 120/-
அச்சாக்கம்: அருணா எண்டர்பிரைஸஸ்
சென்னை - 40.

சந்தியா பதிப்பகம்
புதிய எண்: 77, 53வது தெரு, 9வது அவென்யூ,
அசோக் நகர், சென்னை - 600 083.
தொலைபேசி: 24896979.

ISBN: 978-93-87499-56-0

Paadalentrum Puthiyadu

© Kalapriya

Printed at Aruna Enterprises.,
Chennai - 40.

Published by
Sandhya Publications
New No. 77, 53rd Street, 9th Avenue, Ashok Nagar,
Chennai - 600 083. Tamilnadu.
Ph : 044 - 24896979

Price Rs. **120/-**

sandhyapathippagam@gmail.com
sandhyapublications@yahoo.com
www.sandhyapublications.com

SAN-814

“பொங்கித் ததும்பித் திசை யெங்கும் பாயும்
புத்தன்பும் ஞானமும் மெய்த்திருக் கோலம்”

எங்கும் எப்போதும் பிரியம் பாராட்டும் அன்புச் சகோதரம்
கீரனூர் ஜாகீர் ராஜாவுக்கு அதே அன்புடன்

இதயச் சுரங்கத்துள் எத்தனை நினைவுகள்...

கனவுத்தொழிற்சாலை, கனவுக்கன்னி, (சொப்பன சுந்தரி என்று கொண்டாடுவருமுண்டு) கனவுக் கதாநாயகன் என்று சினிமா, உலகெங்கும் ஒரு மாயவலையைப் பின்னிக் கொண்டிருக்கிறது. அதிலும் தமிழ் சினிமா வலை பின்னப் பட்டு 100 ஆண்டுகள் எட்டி விட்ட நிலை. ஒரு காலத்தில் அதாவது மதுவிலக்கு நீக்கத்திற்கு முன்னான காலம் என்று எடுத்துக் கொண்டால், பொழுது போக்கு என்பது அல்லது போதையான பொழுது போக்கு என்பது சினிமாவும் ஓட்டல்களும்தான். எங்கள் தலைமுறையின் 1960 கள் அப்படித்தான் கழிந்தன. மாலை ஏதாவது ஓட்டலில் லைட்டான டிஃபன் அப்புறம் ஏதாவது சினிமா. அது பழைய படமோ புதிய படமோ எப்படியாவது திரைப்படம் போய் விடுவது என்பதை ஒரு மெலிதான கலைவழிபாடு (Cult) போலச் செய்து வந்தோம். திரைப்படங்கள் பார்ப்பதுடன் நின்று விடுவதில்லை அநேகர். பெரும்பாலோனோர் இந்தக் கனவுலக வாழ்க்கையினை நிஜம் போல வாழத் தலைப்பட்டார்கள். அப்படித்தான், நாயக நாயகிகளை ரசிகர்கள் ஆராதிக்கத் தலைப்பட்டார்கள். இதில் ஆண் பெண் பேதமெல்லாம் கிடையாது. ஆண்களால் இதிலும் தங்களை வெளிப்படுத்திக் கொள்ள முடியும். பெண்கள் இதிலும் அடக்கி

வாசித்தார்கள். ஆனால் அவர்களுக்குள் அவர்களுக்கேயான அடுக்களை மொழியில் பகிர்ந்து கொண்டார்கள்.

1950களின் கடைசியில், மக்களிடையே திரைப்படத்தின் தாக்கம், மிக உச்சத்தில் இருந்தது. அல்லது அது இயங்கும் தளம் என்பது வேறுபட்டு அவர்களுக்கு நெருக்கமானது என்று கூறலாம். 1958ம் ஆண்டோடு சரித்திரப் பின்னணி அல்லது சரித்திரக் கற்பனைக் கதையுள்ள சினிமாக்கள் முழுக்க சமூகக் கதையுள்ள படங்களாக மாற்றமடைந்தன. அதற்கு முன்பே அண்ணாவின் நல்லதம்பி, வேலைக்காரி, ஓரிரவு, கலைஞரின் பராசக்தி, போன்றவை சமூகக் கதைகளை நோக்கி நகரத் தொடங்கின. அறுபதுகளில் இதற்கு சிவாஜியின் பங்களிப்பும் அதிகம். அவருக்கு சரித்திரப் படங்களை விட சமூகப் படங்களே அவரது இயல்பான ஆடுகளமாய் இருந்தன என்று சொல்லலாம். 1958 இலிருந்து பார்த்தோமானால். தமிழ் சினிமாவின் இரண்டு மாபெரும் அடையாளங்களான எம்.ஜி.ஆர், சிவாஜி இருவருக்கும் பெரும் திருப்பத்தை உண்டு பண்ணிய ஆண்டு அது. 1958இல் வெளி வந்த சிவாஜியின் உத்தமபுத்திரனும், எம்.ஜி.ஆரின் நாடோடி மன்னனும் இரண்டு முக்கியமான படங்கள். நாடோடி மன்னன் திராவிட அரசியல் செய்தியினைச் சொல்லும் படம். தி.மு.க கொடி எம்.ஜியார் பிக்சர்ஸ் சின்னமாகப் படத்தின் ஆரம்பத்தில் பட்டொளி வீசிப் பறந்தது. நாடோடி மன்னன் படம் வெளி வந்த பின் 1959 ஜனவரி 16 சீர்காழியில் 'இன்பக் கனவு' நாடகத்தில் நடிக்கும் போது எம்.ஜி.ஆர் கால் ஒடிந்து ஓய்வில் இருந்தார். அவர் ஓய்ந்தே போனார் என்றெல்லாமும் சொன்னார்கள். 1959இல் டிசம்பர் 31 ம் தேதி வெளி வந்தது அடுத்த படமான 'தாய் மகளுக்கு கட்டிய தாலி'. குமுதம் இதழ் அந்தப் படத்திற்கு "வெட்கக்கேடு" "என்று இரு வார்த்தையில் விமர்சனம் எழுதியிருந்தது. 1960 ஐப் பொறுத்தும் எம்.ஜி.ஆர் படங்கள் தோல்வியே கண்டன. ஆனால், 1959இல் வந்த கல்யாணபரிசு தமிழ்த் திரையுலகின் போக்கையே மாற்றி, வசன முழக்கமாக இருந்த தமிழ் சினிமாவை காட்சிகள் வழியே நகர்த்தும் சமூகக் கதையின் பக்கம் ரசிகர்களை இழுத்தது. இதைப் பற்றியெல்லாம் எம்.ஜி.ஆர் தீவிரமாக யோசித்தார். அதனால் கதையையும் இயக்குநர்களையும் தீர யோசித்த பின்னரே ஒப்புக் கொண்டார் என்பார்கள். அதற்கேற்றாற் போல் 1961 இல் திருடாதே அமைந்தது. எம்.ஜி.ஆர் 1961 ஜனவரி முதல் தேதி வந்த அரசிளங்குமரியோடு தன் அரச உடைகளைக் களைந்து பேண்ட், ஸ்லாக் ஷர்ட் போட்டுக் கொண்டார். அதே வருடம் சபாஷ் மாப்பிள்ளே, தாய் சொல்லைத் தட்டாதே என்று எம்.ஜி.ஆரின் திரையுலக வாழ்க்கை பெரிய திருப்பத்தைக் கண்டது.

1961 சிவாஜிக்கும் பிரமாதமான வருடம். பாவமன்னிப்பு, பாசமலர், பாலும் பழமும், கப்பலோட்டியதமிழன் என்று சூப்பர் டூப்பர் ஹிட். அது போக குமுதம், தாயில்லாப்பிள்ளை, பணம் பந்தியிலே, தேன் நிலவு என்று எனப் பெரியாம்பிளைகள் இருவரும் நடிக்காத படங்கள் நூறு நாட்கள் ஓடின. இதெல்லாமும் தமிழ் சினிமாவின் போக்கினையும், ரசிகனின் கனவுகளையும் கூட மாற்றி அமைத்தது. அது வரை, ராஜ குமார, ராஜகுமாரிகளைக் கனவு கண்ட ரசிகையரும் ரசிகரும் தங்களிடையே உலவும் மானுட ஆத்மாக்களைக் குறித்த கனவுகளைத் தொடர்ந்தார்கள். இப்போது நடிக நடிகைகள் தங்களுக்கு அடுத்த வீட்டு அழகன் அழகி போலத் தெரிந்தார்கள். சினிமாவின் சோகங்களைத் தங்கள் சோகம் போலப் பாவித்து அழுதார்கள். மிஸ்ஸியம்மா, யார் பையன், அடுத்த வீட்டுப் பெண், காதலிக்க நேரமில்லை போன்ற சினிமாக்களைப் பார்த்து வயிறு குலுங்கச் சிரித்து தங்கள் சோகங்களை மறந்தார்கள்.

சினிமா அரசியலை வளர்த்தது, கலைகளை வளர்த்தது. கனவுகளை வளர்த்தது. ஏராளமான இளைஞர்கள், இளைஞிகள் இந்த 'சினிமா நூற்றாண்டி'ன் எல்லாக் காலங்களிலும் கோடம்பாக்கமாக இருந்து கோலிவுட்டாக மாறிவிட்ட சென்னையின் கனவுத் தொழிற்சாலைக்கு விரைகிறார்கள். உலகில் ஏழு விதமான திரைக் கதைகளே உண்டு என்பார்கள்.

> ஏழு ஸ்வரங்களுக்குள் எத்தனை பாடல்,
> இதயச் சுரங்கத்துள் எத்தனை கேள்வி

என்று கவிஞர் கண்ணதாசன் பாடியது போல, அந்த ஏழு கதைகளை அடிப்படையாய் வைத்து ஆயிரக்கணக்கான திரைப்படங்கள் வந்து விட்டன, இன்னும் வந்து கொண்டிருக்கின்றன. அத்தனையும் பற்றிச் சொல்ல முடியாவிட்டாலும் அந்த அறுபது எழுபதுகளின் படங்களைப் பற்றி என் இதயச் சுரங்கத்துள் எத்தனையோ நினைவுகள் உலவுகின்றன. அதனையெல்லாம் ஆவணப்படுத்தும் முயற்சியில் எழுதபட்ட கட்டுரைகள் இவை. தமிழ் சினிமாக்கள் மொழி, இசை, நாட்டியம், அரசியல், தொன்மம், காவியங்கள், இலக்கியங்கள் இவற்றைப் பரப்புவதில் பராமரிப்பதில் என்ன விதமான பங்களிப்புச் செய்திருக்கின்றன என்பது போன்ற ஆய்வு நோக்கிலான கட்டுரைகளை உள்ளடக்கிய புத்தகம் இது.

என்னுடைய புத்தகங்களைக் கவனத்துடனும் ஈடுபாட்டுடனும் வெளியிடும் சந்தியா பதிப்பகத்தார் இந்த நூலையும் சிறப்புற வெளியிடுகிறார்கள். சந்தியா பதிப்பகம் நடராஜன், சௌந்தர்ராஜன்,

மற்றுமுள்ள அதன் அலுவலர்கள் அனைவருக்கும் என்னுடைய நன்றியும் அன்பும் உரித்தாகிறது.

"என் ஆசைகள் கடல்கள், என் தோல்விகள் கடன்கள். அவைகளை நீ மறுத்ததன் மூலம் என்னைக் காப்பாற்றி இருக்கிறாய்"

என்று தாகூரின் வரிகளை நான் தழுவி "சக்தி கீதாஞ்சலி" என்று எழுதியிருப்பேன். என் ஆசைகளை மறுத்து என்னை, அப்படிக் காப்பாற்றி, ஒரு பத்திரத்தின் கையில் ஒப்படைத்திருக்கிறது ஒரு மகா சக்தி. அந்தப் பத்திரத்தின் பெயர் சரஸ்வதி: என் மனைவி. அவளது துணையுடனேயே நான் எழுதவும் முடிகிறது, அவளுக்கு என் தீராத அன்பு. எவ்வளவு வேலைகள் இருந்தாலும் எந்த வேலைகளுக்கு நடுவிலும் வாசிப்பு வாசிப்பு என்று வாசிப்பை ஒரு வேள்வியாகச் செய்கிறவர், என்னிடமும் என் எழுத்துகளிடமும் ப்ரியம் ப்ரியம் கலாப்ரியம் என்று பிரியம் காட்டுகிற என் அருமைத் தம்பி, எழுத்தாளர் கீரனூர் ஜாகிர் ராஜா அவருக்கு இந்த எளிய நூல் அன்பான சமர்ப்பணம், என் வாசகர்கள் அனைவருக்கும் என் எப்போதுமான அன்பும் நன்றியும் வணக்கமும்,

என்றும் உங்கள் இடைகால்

கலாப்ரியா *30.10.2018*

உள்ளே....

1.	பாடலென்றும் புதியது	13
2.	கலைகளிலே அவர் கதை வசனம்	22
3.	முனைவர் பெரியசாமி ராஜாவுடன் ஒரு உரையாடல்	29
4.	பாடல்களால் நிரம்பிய தமிழ் வாழ்வு	34
5.	தமிழ்த் திரையுலகின் சூரியகாந்தி	45
6.	"பொன்னின் நிறம், பிள்ளை மனம், வள்ளல் குணம்......"	50
7.	பனி மூடிய இசைமலைகள்	62
8.	ரசிகர் மன்றங்கள் ஒரு சங்கப்பலகை	65
9.	மக்கள் இசை, மக்கள் கலை	70
10	நச்சென்று நாலு வார்த்தை....	82
11.	கதையில் கவிதையில் கலந்தே வாழுவோம்	88
12.	ஆமாம்: எப்போதும் ரசிகன் ஹேப்பி அண்ணாச்சி..."	94
13.	சில சரித்திரங்கள் சில பாடல்கள்....	103
14.	சைக்கிள் வண்டி மேலே....	114

பாடலென்றும் புதியது

கலாப்ரியா

1
பாடலென்றும் புதியது

ஒவ்வொரு வார்த்தைக்கும் பல பரிமாணங்கள் இருக்கின்றன. அதை உணராமல், நாம் சிலவற்றை போகிற போக்கில், சும்மா சொல்லி விட்டுச் சென்று விடுவோம். உதாரணமாகத் 'தேடல்' என்றொரு வார்த்தை. அதன் உள்ளர்த்தம் மிக மிக விரிவானது, ஆனால் அதை சகட்டு மேனிக்கி பயன் படுத்துவோம். அதை விட எளிமையான உதாரணம், 'குளிர்.' அந்த வார்த்தையை எடுத்துக் கொண்டால், நம்ம ஊர் மார்கழிக் குளிருக்குப் பெயரும் குளிர்தான் சைபீரியாவின் கொடுங்குளிரின் பெயரும் குளிர்தான். ஆனால் இரண்டிற்கும் எவ்வளவு வித்தியாசம் இருக்கிறது. அதே போல் கண்ணீர் அருவியாய்க் கொட்டிற்று என்கிறோம். ஒரு அருவி விழும் போது எவ்வளவு சத்தத்தோடும் வேகத்தோடும் வழிகிறது. இரண்டும் ஒன்றா.

அந்தக் காலத்து திரைப்படப் பாடல்கள் வருடுவது போல மெதுவாக செவிக்குள் நிறைவதை கண்ணீர் வழிவது போல மென்மையாய் காதுகளை வருடும் என்று சொல்லலாமா என்று நினைத்தவனுக்கு அந்த உவமை சரியென்றாலும், மேற் சொன்ன 'வார்த்தையின் பரிமாணம்' குறித்து வாசித்தவை நினைவுக்கு வந்து, சற்று அபத்தமாகத் தோன்றியது. சரி, அது ஒரு புறம் இருக்கட்டும்.

பழைய பாடல்கள், ஒரு இறகு மெதுவாகக் காற்றில் இறங்குவது போல கேட்பவனின் இதயத்திற்குள் வழிய ஆரம்பிக்கிறது என்று சொல்லலாம். அப்படியென்றால் புதிய பாடல்களை ஒரு பாறை உருண்டு விழுவதற்கு ஒப்பிடலாமா என்று கேட்கத் தோன்றுகிறது.

எங்களது தலைமுறையின் பாடல்களைக் கேட்டு ரசிக்கிற போது எங்கள் முந்திய தலைமுறையினர், இது என்னலே பாட்டு 'தையாத் தக்க'ன்னு குதிக்கிற பாட்டு. எங்க காலத்தில எல்லாம் சாமி பாட்டுக்களா இருந்தது, சங்கீதமாப் பொழிந்தது என்பார்கள். இன்றையப் பாடல்களைக் கேட்கிறபோது இது என்ன அர்த்தமே இல்லாத உளறலா இருக்கு வாய்க்குள்ளேயே நுழைய மாட்டேன் என்கிறது, இதற்கு இசை பற்றித் தெரிய வேண்டிய அவசியமில்லை, சவுண்ட் இஞ்ஜினியரிங் தெரிந்தால்ப் போதும் என்று அபிப்ராயம் சொல்கிறார்கள். வருங்காலங்களில் மலையே இடிந்து விழுகிற மாதிரியான பாடல்கள் வரலாம்.

ஆனால் காலங்கள் மாறினாலும் பாடல்கள் எப்போதும், கேட்பவர்களைப் பொறுத்து புதியவையாகவே இருக்கின்றன. நமக்கு வாயில் நுழைய மறுக்கும் பாடல்களை குழந்தைகள் வரி பிறழாமல் பாடுகிறார்கள். 1960களின் ஆரம்ப காலத்தில், தமிழ் சினிமா சரித்திர காலக் கதைகளிலிருந்து சமூகச் சித்திரங்களாக உரு மாறிய போது விஸ்வனாதன் ராமமூர்த்தியும், கே.வி.மகாதேவனும், இசை அமைத்த பாடல்கள் பொற்காலப் பாடல்களாகவே விளங்குகின்றன. (சுதர்சனம்,டி.ஆர்.பாப்பா, வேதா, டி.ஜி.லிங்கப்பா, எஸ்.எம். எஸ், ஜி.ராமனாதன் போன்றோரும் களத்தில் இருந்தார்கள்.) அந்த இசை அமைப்பாளர்களின் இசை வெள்ளத்தில் எதிர் நீச்சல் போட்டவை, பெரும்பாலும் கண்ணதாசன் பாடல்களே. எப்படி அந்தந்தத் தேவைக்கேற்ப தரம் குறையாத பாடல்களைக் கொடுத்தார் அவர் என்பது ஆச்சரியமே.

1961ஆம் ஆண்டு சிவாஜி கணேசனுக்கு மிகச் சிறந்த அறுவடைக்காலம். பாவமன்னிப்பு, பாசமலர், பாலும் பழமும், எல்லாம் வெற்றி விழா படங்களாக அமைந்தன. எல்லாவற்றிலும் கண்ணதாசன் பாடல்கள். பாலும் பழமும் படத்திலிருந்து ஒரு கூட்டணி உருவாயிற்று. கண்ணதாசன் விஸ்வநாதன் ராமமூர்த்தி டி.எம்.எஸ் சுசீலா என்று. இதே போல கூட்டணி எம்.ஜி.ஆருக்கு தேவர் பிலிம்ஸ் படங்களில் உருவாயிற்று, கண்ணதாசன் – கே வி மகாதேவன் – டி.எம்.எஸ் சுசீலா என்று. ஸ்ரீதர் படங்களில் கண்ணதாசன் இணைந்த போது அதிலும் புதிய பாடல்கள் பிறந்தன.

பி.சுசீலாவுக்கும் ஸ்ரீதருக்கும் ஏற்பட்ட சிறிய மனக்கசப்பினால், சுமைதாங்கி படத்தில் சுசிலா பாடவில்லை எஸ்.ஜானகியின் பெண் குரல் மட்டுமே. ஆண் குரல் பி.பி ஸ்ரீனிவாஸ். இரண்டு படங்களிலும் பாடல்கள் வரவேற்பைப் பெற்றன.

மகாதேவி (1957) படத்திற்குப் பிறகு அதிகமாக எம்.ஜி.ஆர் படங்களுக்கு இசை அமைக்காத விஸ்வனாதன் ராமமூர்த்தி (இடையே மன்னாதி மன்னன், பாசம் இரண்டு படங்கள்) 1963இல் பணத்தோட்டம் படத்திற்கு இசை அமைத்தார். அதிலிருந்து மகாதேவனைக் கொஞ்சம் பின் தள்ளி இந்த இரட்டையர்களின் கொடி பறந்தது. கண்ணதாசன், வி.ரா கூட்டணி 1963இலிருந்து பல அற்புதமான பாடல்களைக் கொடுத்தன. அவற்றில் என் நினைவில் சுழலும் சில இனிய பாடல்கள் சிலவற்றைப் பார்க்கலாம்.அல்லது கேட்கலாம்.

பொதுவாக எம்.ஜி.ஆர் படங்களின் பாடல்களில் துள்ளல் அதிகம் இருக்கும். பணத்தோட்டம் படத்தில் 'என்னதான் நடக்கும் நடக்கட்டுமே, 'ஒருவர் ஒருவராய்ப் பிறந்தோம்', 'ஜவ்வாது மேடையிட்டு,' என்று வேகம் அதிகமாக வரும் பாடல்களுக்கிடையில், பி.சுசிலா பாடுகிற, "ஒரு நாள் இரவு கண் உறக்கம் பிடிக்கவில்லை..." என்ற மெலடி அற்புதமானது. எதற்கும் அப்போதைய அளவுகோல் சிவாஜியும் எம்.ஜி.ஆரும்தான். அவர்கள் படங்களின் பாடலை ஒட்டியே மற்ற நடிகர்களின் பாடல் காட்சிகளும் பாடல்களும் அமையும். இதை விடுத்து தனித்து விளங்கியது இயக்குநர் ஸ்ரீதர்தான்.கே.எஸ் கோபாலகிருஷ்ணன் தன் வசனங்கள் மீதுதான் அதிக கவனம் செலுத்துவார். பாட்டு தானாகவே அமைந்தால் உண்டு. சிவாஜி படங்கள் போல எம்.ஜி.ஆர் படங்களில் மெலடி இருக்காது என்று வாதிடுவோர்க்கு "ஒருநாள் இரவு கண் உறக்கம் பிடிக்கவில்லை" ஒரு மாறுதலான பாட்டு.

அதே போல. பெரிய இடத்துப் பெண் படத்தில் ஒரு அருமையான மெலடி. 'ரகசியம் பரம ரகசியம் இது நமக்குள் இருப்பது அவசியம்' பாடல் சுசிலாவின் ரகசியக் குரலில் மிக அற்புதமான பாடல். "காதோடுதான் நான் பேசுவேன்" இதன் பாதிப்பாக வந்த பாடல் எனலாம். பெ.இ. பெண்கள் படத்தில் "துள்ளி ஓடும் கால்கள் இங்கே தூண்டில் போடும் கண்கள் எங்கே" பாடல் அதிகம் கவனிக்கப்படாத மெல்லிசைப் பாடல். தொடர்ந்து வந்த பணக்காரக் குடும்பம் படத்தில், "இதுவரை நீங்கள் பார்த்த பார்வை இதற்காகத்தானா." பாடல் யாரும் எதிர்பார்த்திராத

மெலடி. உண்மையில் இது ஸ்ரீதரின் காதலிக்க நேரமில்லை படத்திற்காக ஒலிப்பதிவு செய்யப்பட்டது என்பார்கள். அதிலுள்ள “மலரென்ற முகமின்று சிரிக்கட்டும்” இதற்காக ஒலிப்பதிவு செய்யப்பட்டது. இரண்டு தயாரிப்பாளர்களும் பாடலை மாற்றிக் கொண்டார்கள், என்பது ஒரு செய்தி

கதையோடு ஒன்றி வராத ஒரு காதல் பாட்டுக்கான பொதுவான சூழலில் எப்படிப் பாட்டு எழுதுவது. அது டூயட்டோ அல்லது நாயகன் அல்லது நாயகி மட்டும் பாடுவதென்றாலும் எப்படி எழுதுவது. உதாரணமாக நாயகனும் நாயகியும் தொலை பேசியில் பாடிக்கொள்வதாகக் காட்சியமைப்பு என்று சொன்னால், “ஹலோ ஹலோ சுகமா என்றோ, ஹலோ மை டியர் ராங் நம்பர் என்றோ எழுதலாம். காதலிக்க நேரமில்லை படத்தில், நாகேஷ் சொல்லுவாரே, “சார் இந்தக் காதலனும் காதலியும் பார்க்கில சந்திக்கிறதாச் சொன்னீங்களே அந்த சீனுக்கு ஒரு பாட்டுப் போட்டிருக்கேன் கேளுங்க” என்கிற மாதிரி ‘மொட்டை கட்டையா’ இயக்குநர் ஒரு காட்சியைச் சொல்ல, அதற்கும் எவ்வளவு பாடல்கள் எழுதப்பட்டு விட்டன. மேலும் அப்படி காட்சியில்லாத காட்சியைச் சொன்னால் எப்படி எழுதுவது. கண்ணதாசன் ‘கண்ணனிடம்’ சரண் புகுந்து விடுவார். கண்ணனை உருவகப் படுத்திக் கொண்டால் பாடல் தானாகப் பிறந்து விடும். மனம் போல வரிகள் கொட்டி, “எண்ணம் போலக் கண்ணன் வந்தான் அம்மம்மா.....” என்று எழுதி விடுவார். இந்தப் பாடல் ஒரு அருமையான பாடல். சுசீலாவின் இனிமையான குரல். கோவர்த்தனம் மாஸ்டரின் இசை. (இவர் சுதர்ஸனம் மாஸ்டரின் தம்பி. விஸ்வனாதன் ராமமூர்த்தியின் உதவியாளராகவும் இருப்பார்.) அந்தப் பாடலில்,

> “ராதை மடியில் கண்ணன் இருந்தான் கண்ணன்
> வேறு பெண்ணை நெஞ்சில் எண்ணி இருந்தான்
> சீதை மடியில் ராமன் இருந்தான் ராமன்
> வேறு பெண்ணை நெஞ்சில் காண மறந்தான்
> கண்ணன் என்பது மோக வடிவம்
> ராமன் என்பது காதல் வடிவம்”

என்று அழகாக எழுதியிருப்பார். இதில் அற்புதமான சொல்லாடல் என்ன என்றால், கண்ணன் என்பது மோக வடிவம் என்பதற்கு மோனையாக ராமன் என்பது தியாக வடிவம் என்றுதான் மற்றவர்கள் எழுதுவார்கள். ஆனால் கண்ணதாசன், அதை’காதல் வடிவம்’ என்று எழுதுகிறார். அங்குதான் அவன் கவி மன்னனாகிறான்.

வேட்டைக்காரன் படத்தில் தேவர் படம் என்றாலே மூன்று அல்லது நாலு லவ் டூயட், டி.எம்.எஸ்சுக்கு ஒரு தனிப்பாட்டு சுசீலாவுக்கு இரண்டு தனிப்பாட்டு ஐந்து ஃபைட் என்பது ஃபார்முலா சுசிலாவின் தனிப்பாடல், "கண்ணனுக்கெத்தனை கோவிலோ, காவலில் எத்தனை தெய்வமோ, மன்னனுக்கெத்தனை உள்ளமோ, மனதில் எத்தனை வெள்ளமோ" என்று வரும். ஒரு வகையான கஜல் மெட்டில் மகாதேவன் போட்டிருப்பார்.

கண்ணனையும் ராதையையும் பாடலுக்குள் கொண்டு வந்து விட்டால் மட்டும் போதாது. அதற்கு ஒரு காவிய நயம் இருக்க வேண்டும், படத்திலும் பொருந்திப் போக வேண்டும். நெஞ் சிருக்கும் வரை படத்தில் ஒரு பாடல். "கண்ணன் வரும் நேரமிது / கன்னித்தேன் ராதை நான் / செங்கனியாக மாறுவேன்" என்று ஆரம்பிக்கும் பல்லவி. சரணத்தின் ஒரு வரியில் "தடம் பார்த்து நடை போடும் யமுனா நதி / தனில் ஓடி விழ வேண்டும் ராதா நதி" என்று வரும் கிளாசிக்கான வரி. கண்ணனைக் கொண்டாடுகிறவர் அவனைத் திட்ட வேண்டி வந்தாலும் தயங்க மாட்டார்.

கண்ணா கருமை நிறக்கண்ணா பாடலில்

> "இனம் பார்த்து எனைச் சேர்க்க மறந்தாய் கண்ணா நல்ல
> இடம் பார்த்துச் சிலையாக அமர்ந்தாய் கண்ணா"

என்கிற வரிகள் உதாரணம்.

சாதாரணப் பாடலிலும் சந்தத்திற்காக, 'காய்ச்சல் வரும், கூச்சல் போடு'ம் என்று எழுதி விடமாட்டார். "கல்யாண நாள் பார்க்கச் சொல்லலாமா" என்று ஆரம்பிக்கும் 'பறக்கும் பாவை' பாடலில்

> "சந்திரனைத் தேடிச் சென்று குடியிருப்போமா
> தமிழுக்கு சேதி சொல்லி அழைத்துக் கொள்வோமா
> அந்திப் பட்டு வானத்திலே வலம் வருவோமா
> அங்கொரு ராஜாங்கம் அமைத்திருப்போமா"

என்று எழுதுவார். மீண்டும் "தமிழுக்கு சேதி சொல்லி அழைத்துக் கொள்வோமா" என்பதுதான் கிளாசிக்.

குலமகள் ராதை படத்தில் சிவாஜியின் பெயர் 'சந்திரன்'. பல பாடல்களில் சந்திரன் என்கிற பெயர் வரும். "சந்திரனைப் பார்க்காமல் அல்லி முகம் மலருமா..." என்றொரு பாடல். இன்னொன்று

"பகலிலே சந்திரனைப் பார்க்கப் போனேன்" அவன்
இரவிலே வருவதாக ஒருத்தி சொன்னாள்.
இரவிலே அவனைக் காண நானும் நடந்தேன் அவன்
எல்லோரும் பார்க்கும்படி உயரத்தில் இருந்தான்."

படத்தின் கதைப் படி சிவாஜி, சர்க்கஸ் ட்ரபீஸ் விளையாட்டில் உயரத்தில் இருப்பார். அதைப் பாடலில் நாசூக்காகப் பயன் படுத்தி இருப்பார் கண்ணதாசன்.

எம்.ஜி.ஆர் போல ஸ்ரீதர் மாற்றி மாற்றி முயற்சித்து, நல்ல பாடலை வாங்கி விடுவார். எம்.ஜி.ஆருக்கு கொள்கை முக்கியம். ஸ்ரீதருக்கு படத்தின் கரு முக்கியம். காதலிக்க நேரமில்லை படத்தைத் தொடர்ந்து வெண்ணிற ஆடை படம் எதிர்பார்த்த அளவு வெற்றி பெறாமல் போனாலும் இன்றைக்கும் இசைக்கும் பாடலுக்கும் மகத்தான படம். "கண்ணன் என்னும் மன்னன் பேரைச் சொல்லச் சொல்ல கல்லும் முள்ளும் பூவாய் மாறும் மெள்ள மெள்ள / எண்ணம் எண்ணும் ஆசைப்படகு செல்லச் செல்ல வெள்ளம் பெருகும் பெண்மை உள்ளம் துள்ளத் துள்ள"" என்னும் சரணத்தின் வரிகள், அற்புதமான வரிகள். "எண்ணம் எண்ணும் ஆசைப்படகு செல்லச் செல்ல" என்று நீளமாக எழுத முடிபவரால், பேசுவது கிளியா / பெண்ணரசி மொழியா // கோயில் கொண்ட சிலையா/ கொத்து மலர்க் கொடியா என்று இரண்டு இரண்டு வார்த்தைகளிலும் எழுத முடியும். இதே சந்தத்திற்கு: வீடுவரை உறவு / வீதிவரை மனைவி என்றும் எழுத முடியும். விஸ்வனாதனால் அதே சுக ராகத்தை சோக ராகமாக்கவும் முடியும்.

நெஞ்சில் ஓர் ஆலயம் படத்திலிருந்து ஸ்ரீதர் கண்ணதாசன் / விஸ்வனாதன் ராமமூர்த்தி ஒன்று சேர்ந்தார்கள். ஸ்ரீதர் காலத் திலிருந்தே காட்சிகள் மூலம் கதை நகர்த்தப்பட ஆரம்பித்தாயிற்று. அதற்குப் பாடலும் ஒரு காரணம். விஸ்வனாதன் ராமமூர்த்தி இணை பிரிந்த பின். எம்.எஸ்.வி தனியாக தன் முழக்கத்தை தொடர்ந்தார். பெரிய அளவில் ஸ்ரீதருடன் சிவந்தமண் படத்தில் கண்ணதாசன் பிரமாதமான பாடல்கள் தந்தார். அதன் பிரம்மாண்டமான சில பாடல்களை விட "பார்வை யுவராணி கண்ணோவியம் / நாணம் தவறாத பெண்ணோவியம்" பாடல் கண்ணதாச முத்திரையுடன் விளங்கும் ஒரு பாடல். "இங்கு நானும் கவியாக யார் காரணம் அந்த நாலும் விளையாடும் விழி காரணம்." என்கிற வரிகள் அவரைக் கவிஞனாக்கிய நிஜமான பெண்ணை நினைவுறுத்தும். எங்களைப் போல காதல் பைத்தியங்களைக் கவிஞனாக்கிய புண்ணியத்தையும்

கட்டிக் கொள்ளும். அவர் தனது காவிய நாயகியாக ‘காவேரி’ என்கிற பெண்ணைப் பற்றிக் குறிப்பிட்டிருகிறார். இதெல்லாமே அவர் அவளுக்காகப் பாடிய பாடல்கள் என்பேன். அவர் பாடிய முதல்ப் பாட்டு இவள் பேசிய தமிழ் கேட்டுத்தான் இருக்கும், அவர் கவிஞன் என்றானதெல்லாம் அந்த அழகியின் முகம் பார்த்துதான் இருக்கும். அதனால்தான் பாடுகிறார்,

‘நான் பாடிய முதல் பாட்டு இவள் பேசிய தமிழ் கேட்டு நான் கவிஞனென்றானதெல்லாம் இந்த அழகியின் முகம் பார்த்து’ என்று

காதல் பாடல்கள் என்றில்லை, எந்தப் பாடலானாலும் காவியக் காட்சிகளை, எடுத்தாண்டு கொள்வார். ரோஜாவின் ராஜா என்றொரு படம். அதில் பெண்பார்க்கும் காட்சி. காதலன் தனது காதலியையே நண்பனுக்காகப் பெண் பார்க்க வந்திருப்பான். “ஜனகனின் மகளை மணமகளாக ராமன் நினைத்திருந்தான் என்று தொடங்கும் பாடலில்,”

“மணிமுத்து மாணிக்க மாடத்திலிருந்து ஜானகி பார்த்திருந்தாள் இரு –

மை விழி சிவக்க மலரடி கொதிக்க ராமனைத் தேடி நின்றாள்

நாணம் ஒரு புறம் ஆசை ஒருபுறம் கவலை மறு புறம் அவள் நிலமை திரிபுரம், கொதிக்கின்ற மூச்சு மாலையில் விழுந்து மணியும் கருகியதுஅவள்

கூந்தலிலிருந்த மலரும் ஜானகி நிலைமைக்கு உருகியதே” அற்புதமான வரிகள். இன்னொன்று மதுரா நகரினில் தமிழ்ச் சங்கம் / அதில் மங்கல கீதம் முழங்கும் / கவி மன்னவர் காவியம் பொங்கும் /அதை காதலர் உள்ளம் வணங்கும். இதில் காதலர் உள்ளம் வணக்கும் என்று வேறு எந்தக் கொம்பனாலும் எழுத முடியாது. இன்னொரு உதாரணமாக, ஜஸ்டிஸ் விஸ்வனாத் படத்தில், “இது நீரோடு செல்கின்ற ஓடம்” பாடல் ஒரு உதாரணம்.

“தெய்வம்தான் அன்றிருந்த ராமன் அவன் பொய்மானைத் தேடியது வேதம்” என்று ஒரு வரியில் எழுதுபவர், “அந்த சினம் என்றும் சேர்ந்தாரைக் கொல்லும் நல்ல மனம்தானே எந்நாளும் வெல்லும்“ என்று:

> “சினமென்னும் சேர்ந்தாரைக் கொல்லி இனமென்னும்
> ஏமப் புனையைச் சுடும்”

என்கிற குறளை எடுத்தாண்டிருப்பார்.

படத்தோடு ஒன்றி வருகிற பாடல்களை எழுதுவதிலும் அவரை அடித்துக் கொள்ள ஆளில்லை. சித்தி படத்தில் வருகிற

"காலமிது காலமிது கண்ணுறங்கு மகளே" என்கிற ஒரு பாடல் போதும். ஆனாலும் பாசம் படத்தில் வருகிற இந்த வரிகள் அவருக்குள் எப்போதும் இருக்கும் கதை வசனகர்த்தாவையும் நினைவுறுத்தும்.ஜல் ஜல் எனும் சலங்கை ஒலி பாடலில் வரும்:

"அவன் தான் திருடன் என்றிருந்தேன்
அவனை நானும் திருடி விட்டேன்
முதல் முதல் திருடும் காரணத்தால்
முழுதாய்த் திருட மறந்து விட்டேன்",

என்ன ஒரு சுவாரஸ்யமான வரிகள். பெரிய ஆளுமைகளின் படம் என்றில்லை. யார் படத்திற்கும் சூழ்நிலைக்கேற்ப எழுதுவதில் நல்ல பாடல்களையே எழுதுவார் கவிஞர்.

"அம்பலத்து நடராஜா உன் பலத்தை காட்டுதற்கு என் குலத்தைத் தேர்ந்தெடுத்தது ஏனய்யா? நம்பியவர் வீட்டில் கண் மறைக்கும் விளையாட்டு ஏனய்யா. என்கிற பாலமுரளி கிருஷ்ணாவின் தொகையறா வைத் தொடர்ந்து எஸ்.ஜானகியின், "பாமாலை அவர் படிக்க பூமாலை நான் தொடுக்க வாழ்நாள் நடந்ததய்யா நடராஜா." என்கிற சரணவரிகளுக்காக கண்ணதாசனிடம் சரண் அடைந்து விடலாம்.

கண்ணதாசன் மட்டுமில்லை வாலி, புலமைப் பித்தன் என்று பாடல் வரிகளால் பாடம் சொன்னவர்கள் பலருண்டு. வாலியின் "கண் போன போக்கிலே கால் போகலாமா," "எத்தனை காலம் மனிதன் வாழ்ந்தான் என்பது கேள்வியில்லை, அவன் எப்படி வாழ்ந்தான் என்பதை உணர்ந்தால் வாழ்க்கையில் தோல்வியில்லை" என்பது போன்றெல்லாம் இனி யார் எழுதப் போகிறார்கள். அவரது காதல் பாடலில் எனக்கு மிகவும் பிடித்தது, "பாட்டு வரும், பாட்டு வரும்" பாடல், படம்: நான் ஆணையிட்டால்

இதயம் என்றொரு ஏடெடுத்தேன் அதில்
எத்தனையோ நான் எழுதி வைத்தேன்
எழுதியதெல்லாம் உன் புகழ் பாடும்

எனக்கது போதும் வேறென்ன வேண்டும் என்கிற வரிகள் என் கவிதை நோட்டுகளின் முதல் பக்கத்தை ஆக்கிரமித்துக் கொண்ட சமர்ப்பண வரிகள்.

"கங்கை நதி ஓரம் ராமன் நடந்தான், கண்ணின்மணி சீதை தானும் தொடர்ந்தாள், மெல்ல நடந்தாள்....

மங்கை அவள் சீதை முள்ளில் நடந்தாள், மன்னனவன் கண்ணில் கங்கை வழிந்தாள், உள்ளம் நெகிழ்ந்தான்,"

இந்த அற்புதமான பாடலை எழுதியது புலவர் புலமைப்பித்தன். இசை கோவர்த்தனம். இசை உதவி, இளையராஜா.

இவைதான் நல்ல பாடல்கள் என்றில்லை ஏகப்பட்டவை இருக்கின்றன. இனிமேல் இப்படி பாடல்கள் வராதா. இனி மேலும் எழுதுவார்கள். அதற்கான கதைக்களன் இருந்தால் எழுதுவார்கள். கறுப்புக் காமெடிக்கு கானாப்பாடல்கள்தான் எழுத முடியும். அதுவும் கூட புதிய ரசிகர்களைப் பொறுத்துப் புதிய பாடல்தான்.

2
கலைகளிலே அவர் கதை வசனம்

பத்து அல்லது பன்னிரண்டு வயதிருக்கும். கோடை விடுமுறையில் விளையாட்டுக்கு நடுவே, யாரோ முன் மொழிந்தார்கள், நாம் ஒரு நாடகம் போடுவோமா. அப்போதெல்லாம் எல்லா பள்ளி வகுப்பிலும் தமிழ்ப் பாடப்புத்தகத்தில் கடைசியில் ஒரு நாடகம் இருக்கும். அதை சிபாரிசு செய்தவனைப் புழுப் போலப் பார்த்தார்கள். கலைஞரின் சேரன் செங்குட்டுவன் நாடகம் பாட்டுப்புத்தக வடிவில் யாரிடமோ இருந்ததைப் பார்த்தே இந்தப் 'கவினுறு யோசனை' வந்தது. அப்போது சினிமாப் பாட்டுப் புத்தகங்கள் தவிர, ஸ்ரீமகள் நிலையம் வெளியிடும் சேரன் செங்குட்டுவன், சாக்ரட்டீஸ், சாம்ராட் அசோகன் என நாடக வசனப் புத்தகங்கள் தனியே ஓரணா விலையில் கிடைக்கும். பாட்டுப் புத்தகத்தை விடவும் இது நிறைய விற்கும். புராண, சரித்திர சினிமாக்களிடமிருந்து, ஏ.எஸ்.ஏ.சாமி, ப.நீலகண்டன் போன்றோரைத் தொடர்ந்து சமூக சினிமாக்களின் காலத்தை அண்ணா, கலைஞர் போன்றோர் நிலை பெற வைத்த பின் இப்படி, சரித்திர ஓரங்க நாடகங்களை சினிமாவிற்குள் புகுத்தி தமிழ்ப் பற்று, சனாதன ஒழிப்பு திராவிடக் கருத்தியலுக்கு ஆதரவு, டில்லி ஏகாதிபத்தியத்துக்கு எதிர்ப்பு ஆகியவற்றை தொடர்ந்து வெளிப்படுத்தியவர் கலைஞர்தான். ஆகவே அவை புத்தகமாக வருவதும் கலைஞருக்குத்தான் முதலில் நிகழ்ந்தது.

சேரன் செங்குட்டுவன் நாடகம் என்றால் பெண் வேடமிட ஆளுமில்லை. அதில் சிவாஜி கணேசன் பாத்திரத்தைப் போல மூச்சை நிறுத்தாமல், இருபது நிமிடம் வசனம் பேசவும் ஆளில்லை. சாக்ரட்டீஸ் போடலாம் என்றும் பாத்திரங்களைப் பகிர்ந்து கொண்டு அவரவர் வசனங்களை அவரவர் தனியே எழுதிக் கொள்ளவும் முடிவாயிற்று. சாக்ரட்டீஸ் வேடம் எனக்கென்று அடம் பிடித்தவன், எழுதினான் எழுதினான் எழுதிக் கொண்டே இருந்தான். அவன் எழுதுவதற்காக மாற்றி மாற்றி ஒருவர் வாசித்தோம். அதுவே பாதி ஒத்திகையும் கடைசி ஒத்திகையும் ஆயிற்று. நாடகம் போடவில்லை, வசன புத்தகம் மட்டும் என்னிடம் தங்கிவிட்டது. அப்போது படம் பார்த்திருக்கவில்லை. வானொலி மற்றும் தி.மு.க கூட்டங்களில் கேட்டதுதான். படம் மறுமுறை வெளியான போது இதற்காகவே போனேன்.

ராஜா ராணி படத்தில் சாக்ரட்டீஸ் வசனங்கள் இன்றும் ஞாபகமிருக்கும், "உன்னையே நீ அறிவாய், உன்னையே நீ அறிவாய். இந்த உபதேசத்தின் உண்மைகளை உணர்வதற்காகத்தான், என் உயிரினும் இனியவர்களே, உங்களை எல்லாம் அழைக்கிறேன். அறிவு, அறிவு அது உலகத்தின் எந்த மூலையில் இருந்தாலும் அதைத் தேடிப் பெறுவதற்காக உங்களை அழைக்கிறேன். ஏற்ற மிகு ஏதென்ஸ் நகரத்து எழில் மிக்க வாலிபர்களே நாற்றமெடுத்த சமுதாயத்தில் நறுமணம் கமழ்விக்க இதோ சாக்ரடீஸ் அழைக்கிறேன், ஓடி வாருங்கள்". பின்னால் அவர் மேடை தோறும் முழங்குகிற என் உயிரினும் மேலான அன்பு உடன் பிறப்புகளே என்பதன் நதி மூலம் இதுவாகக் கூட இருக்கலாம். சாக்ரட்டீஸ் விஷம் அருந்தும் காட்சியில் உடனிருக்கும் நண்பன் "கிரேக்கப் பெரியாரே இந்த விஷம் எம்மையும் உம்மையும் பிரிக்கப் போகிறதா," நீங்கள் பிரியும் முன் எனக்கும் மக்களுக்கும் என்ன சொல்லப் போகிறீர்கள் என்னும் போது, "அவர் சொன்னார் இவர் சொன்னார் என்று எண்ணித் தடுமாற்றம் அடைய வேண்டாம் எவர் சொன்னபோதும் உன் இயல்பான பகுத்தறிவால் எண்ணிப் பார்," என்பதில் நாம் பெரியாரை இனம் காண முடியும். பெரியார் அடிக்கடிச் சொல்லும் மேற்கோள் இது.

கிட்டத்தட்ட 70 படங்களுக்கு வசனம் எழுதியிருப்பார். முதல் படமாக ராஜகுமாரி படத்தையே கருதலாம். வசனம், இயக்குநர் ஏ.எஸ்.ஏ.சாமிதான் என்றாலும், வசனம் உதவி: கருணாநிதி என்று போட்டாலும் பெரும்பாலான வசனங்களில் அவரது முத்திரை, முகத்திரையை நீக்கி அவரைக் காட்டிக் கொடுத்து விடும். ஒரு

காட்சி: “நடனம் எப்படியடா சிஷ்யா” என்று மந்திரவாதி கேட்பான். புளி மூட்டை ராமசாமி சொல்லும் பதில், “பச்சரிசிப் பாயாசம் மாதிரி பரமானந்தமா இருக்கு”. “அரசே, சாந்த சொரூபமான தங்களுக்கு, சண்டப் பிரண்டமான மகள்,என்று அசட்டு அரசர் எஸ்.வி.சுப்பையாவிடம், தளபதி டி.எஸ் பாலையா குழைந்து சொல்லுவதிலாகட்டும்,” ராஜ குமாரியும் பாலையாவும் மோதிக் கொள்ளும் காட்சியில்: “கிட்டாத பழம் நான்”. “வெட்டாத கத்தியல்ல ஆலகாலன்”, என்கிற பதிலுக்கு பதிலான உரையாடலிலாகட்டும், எல்லாவற்றிலும் அவரை உணர முடியும். “சண்டப் பிரசண்டம்” அவரது படங்களில் அடிக்கடி வரும். அடுத்தடுத்து வந்த மருத நாட்டு இளவரசியும் சரி, மந்திரி குமாரியும் சரி, சனாதன நிறுவனங்களை எதிர்க்கும் திராவிட அரசியலை, கடவுள் மறுப்பை நேரடியாகக் கூறுபவை.

மருதநாட்டு இளவரசியில், கர்ப்பமுற்றிருக்கிற அரசியை தப்பித்துப் போகும்படி மந்திரி கூறும் போது, “அரண்மனையில் அநீதி வாழும் வரையில்தான் அஞ்ஞாத வாசம்; பிறகு நியாயம், தானே தங்களை, மாளிகைக்கு அழைத்துக் கொள்ளும்”, என்பார். இன்னொரு கட்டத்தில், “அப்போது அக்னியாஸ்திரத்தை வீசிப் பார்த்தாய், இப்போது வர்ணாஸ்திரத்தை வீசுகிறாய், மோகனாஸ்திரத்தை வீசினாலன்றித் தப்பிக்க முடியாது, இளவரசி” என்று எம்.ஜி.சக்கரபாணி சொல்லுவார். இது வெறும் அடுக்கு மொழி மட்டுமல்ல. தனக்கு முந்தைய காலத்து சினிமாக்களின் புராணிக மொழியைத் தனக்கேற்ப வளைத்துக் கொள்ளும் சாமர்த்தியம். இதில் காளி கோயில் ஒன்றும் அதற்குள் பெண்கள் மட்டுமே போக முடியும், உள்ளே போன பெண்கள் வெளியே என்று வர முடியாது ஒரு சட்டமும் உண்டு. இது மடங்களின் குறியீடு.

“துர்க்காதேவி நீயும் இந்த துன்மார்க்கர்களுக்குத் துணையா, உன் நாக்கு என்ன ரத்த ருசியா கேட்கிறது”, என்று பராசக்தி படத்திற்கான முன்னோட்ட வசனத்தை மருத நாட்டு இளவரசியிலேயே எழுதியிருப்பார். இளவரசன் ஒரு பெண்ணைக் கெடுக்க முயலும்போது, தடுக்கும் கதாநாயக வழக்கம் இதில்த்தான் ஆரம்பமாகியிருக்கும். அப்போது சண்டைக்கு முகவுரையாக, எம்.ஜி.ஆருடன் வரும் காமெடியன் புளி மூட்டை ராமசாமி அய்யர், “பணக்கார வீட்டு மாடுன்னா பயிரை மேயறதுக்கு அதிகாரம் இல்லைன்னே”. என்று சொல்லுவதாக எழுதியிருப்பார். பின்னால் “பெரிய இடத்துப் பெண்,” “பணக்காரக் குடும்பம்” என்றெல்லாம் படங்களுக்கு பெயர் மட்டும் சூட்டுவதற்கும் இது முன்னோட்டம். அங்கங்கே பாரதிதாசன் வரிகளைப் பயன் படுத்துவதையும் இதில்

ஆரம்பித்திருப்பார். மருத நாட்டு இளவரசி தன் அப்பாவிடம் பேசும்போது, “வெங்கொடுமைச் சாக்காட்டில் விளையாடும் தோள் எங்கள் வெற்றித் தோள்கள் என்று வீரப்பண் பாடும் பரம்பரையில் வந்த தாங்களா இப்படிப் பேசுகிறீர்கள் அப்பா,” என்று சொல்லுவார். “தாயைப் பழித்தவனை தாய் தடுத்தாலும் விடேன்” இது மனோகரா. ஆக்கப் பொறுத்த மனம் ஆறப் பொறுக்கலையா” என்ற பேச்சு வழக்கின் மழுங்கல் வரிகளை, “பூமியைத் தோண்டி பொன்னைப் புதையல் எடுத்தவன் அது ஆபரணமாகும் வரையாவது காத்திருக்கக் கூடாதா,” என்று கூர்மையாக்கியிருப்பார்.

வழக்குரைக் காதை போல, வழக்கு மன்றக் காட்சிகளை வடிப்பதில் அவருக்கு நிகர் அவர்தான். மருத நாட்டு இளவரசியில், எம்.ஜி.சக்ரபாணிக்கும் எம்.ஜி.ஆருக்கும் இடையே எழும் சில வாத எதிர் வாதங்கள்: “நிறுத்து உன் உபதேசத்தை, இது குற்றவாளிக் கூண்டு, குருமத பீடமல்ல,” நீதியை வரவழைக்கும் வழி தெரியாமல், உன் வறட்டுக் கூச்சலுக்கு நேரம் ஒதுக்கியிருக்கும் இதற்குப் பெயர் நீதி மன்றமா? “இங்கு வழங்கப்படுவதற்குப் பெயர்தான் நீதியா?” “இங்கு கேலிக்கு நேரமில்லை, கேள்விக்குப் பதில் சொல். நேர்மை, இங்கு கேலியாகத் தோன்றுகிறதா.” “உண்மை இருட்டிலிருப்பதால், அறிவு குருடாகி விட்டதா?” மருத நாட்டு இளவரசி படத்தின் இறுதியில் முடியாட்சி ஒழிந்து குடியாட்சி பிறப்பதான பிரகடனத்துடன் முடியும். அநேகமான சரித்திரப் படங்கள் இப்படி முடிவது இதற்குப் பின்னான விளைவு.

மந்திரி குமாரியிலும் வழக்குரைக்கும் வசனங்கள் உண்டு. “மறையவர் குலத்து மாணிக்கம், அந்தணர் குலத்து அருட்பெருஞ் சோதி என்றெல்லாம் வர்ணிக்கப் பட்ட போலிக் குருநாதரின் புத்திரன் தான் கொள்ளைக்காரன்” என்று கொள்ளைக்காரனைக் கூண்டிலேற்றுவார் தளபதி வீர மோகன். மந்திரி குமாரி அவரை நட்சத்திர அந்தஸ்துக்கு உயர்த்திய படம், டைட்டில் கார்டில், (“எழுத்து போடுதல்” என்று சொல்வது எங்களூர் வழக்கம்). நடிகர் நடிகைகள் பெயரைக் கூட்டமாகப் போட்டு, இயக்குநருக்கு முன்னால் கதை வசனம் கருணாநிதி என்று எழுத்துப் போடுவார்கள். மாடர்ன் தியேட்டர்ஸைப் பொறுத்து வசனம், இசை என்பதெல்லாம் கூட்டுப் பொறுப்பு. வசனகர்த்தா பெயரே இல்லாமல் கூட எழுத்து போடுவார்கள். சாணக்கியர் கெட் அப்பில் ராஜ குருவாக நம்பியார் அட்டகாசம் பண்ண கலைஞரின் வசனங்களே பெரிதும் உதவியாக இருக்கும். மந்திரி குமாரியில், கொள்ளையர் தலைவன் இல்லாத நேரத்தில் அவனது அல்லக்கை நானே தலைவன் என்றதும், அதை எதிர்க்கிறவர்களுக்கு எல்லாம் மந்திரி பதவி கொடுப்பான். சிலர்,

"இப்படி இஷ்டப்பட்டவங்களுக்கே மந்திரி பதவி கொடுத்தா நாங்க, போன்னா போறோம் வான்னா வாரோம் அப்ப எங்களுக்கு.?" "ஓஹோ நீங்க போன்னா போறோம், வான்னா வாரீங்களா அப்ப நீங்க எல்லோருமே போக்கு வரத்து மந்திரிகள்," என்பான். இந்த வசனம் அப்போது ரொம்பப் பிரபலம். இப்போதும் கூட பொருந்திப் போகும் பொதுவாகவே கலைஞரின் இயல்பான நகைச்சுவை, சந்தர்ப்பத்தின் ஒழுங்கைக் குலைத்து விடாமல் சினிமா வசனங்களிலும் பளிச்சிடும்.

ஒரு உதாரணம், மந்திரி குமாரிக்கும் கொள்ளைக்காரக் காதலனுக்கும் நடக்கும் உரையாடலில், "உங்களுக்கு மரண தண்டனையா, முடியவே முடியாது, நடக்க விடவும் மாட்டேன் என்பாள் குமாரி. நீ என்ன சாவித்ரியா, சபதம் செய்கிறாய். என் உயிரைத் திருப்பிக் கேட்கவும் தரவும், இந்தக் காலத்து எமன் ஒன்றும் இளித்த வாயனல்ல," என்பார் இளக்காரமாக கொள்ளைக்கார எஸ்.ஏ நடராஜன்.

"ஓடினாள் ஓடினாள் வாழ்க்கையின் ஓரத்திற்கே ஓடினாள்." என்பது பராசக்தி படத்தில் வரும் சீரியஸான வசனம். பூம்புகார் படத்தில், மாதவியின் தாய்க் கிழவிகள். கண்ணகியிடமிருந்து பணத்தைச் சுருட்டச் சொல்லி நாகேஷை அனுப்ப, அவர் கொண்டு வரும் மூட்டை தவறுதலாக மாறி அதிலிருந்து பாம்புகள் வந்து கிழவிகளை ஓட ஓட விரட்டும், அப்போது நாகேஷ், "ஓடினாள் ஓடினாள் வீட்டின் ஓரத்திற்கே ஓடினாள்" என்று கிண்டலடிப்பார். இப்படி தன் வசனத்தையே கிண்டலாகவும் மாற்ற ஒரு பக்குவம் வேண்டும். அவர் வசனமெழுதிய முதல் சமூகப்படம் கலைவாணரின் மணமகள். கலைவாணருக்கேயான சீர் திருத்தக் கருத்துகளுடன் நகைச்சுவையாகவும் எழுதியிருப்பார். டி.எஸ் பாலையா காமெடி வில்லனாக வருவார். அதே போல பணம், அதில் வருகிற வசனங்களை விட, கலைவாணர் பாடும், தீனா மூனா கானா 'திருக்குறள் முன்னணிக் கழகம்' பாடல் பிரசித்தமானது. தணிக்கைக்கு தப்பிய தி.மு.க கொள்கை விளக்கப் பாடல்.

மலைக்கள்ளன் படத்தில் ஏட்டாக வரும் டி.எஸ் துரைராஜும் இன்ஸ்பெக்டர் சக்ரபாணியும், முஸ்லிம் ராவுத்தர் பாத்திரத்தில் எம்.ஜி.ஆரும் பலத்த கலகலப்பை உண்டு பண்ணுவார்கள். அந்தப் படத்தில் வசனம், அடுக்கு மொழியில் இல்லாமல் இயல்பான நடையில் இருக்கும். அவர் ஒருவரின் திரைக்கதையில்தான் நாவல்களான, மலைக்கள்ளன், இருவர் உள்ளம் இரண்டும் மாபெரும் வெற்றி பெற்றன. பொதுவாக தமிழ் நாவல்கள் சினிமா ஆகும்போது வெற்றி பெறாது. இருவர் உள்ளம் படத்திலும்

எம்.ஆர்.ராதா காமெடி சிறப்பாக இருக்கும். 'லாஜிக்கா மேஜிக்கா' என்று அடிக்கடி சொல்லும் லாயராக வருவார்.

காஞ்சித் தலைவன் படத்திலும், எம்.ஆர். ராதாவின் வசனங்கள் வழக்கமான அவர் டைமிங்க்கை விட கூர்மையாக இருக்கும். "உன் தலையில் இருக்கிறது மூளைதானா,"? எனும் பானுமதியின் கேள்விக்கு, எம்.ஆர்.ராதாவின் பதில்: "சாதாரண மூளை இல்லை, பல சூழ்ச்சிப் பாண்டங்களைத் தயாரிக்கிற சூளை." அந்தப் படத்திற்காக சரித்திரச் சான்றுகளைக் கவனமாகவும் சரியாகவும் காட்ட, நிறைய மெனக்கெட்டிருப்பார் கலைஞர். நரசிம்ம பல்லவன் காலத்திய காஞ்சியில் சைவ, பௌத்த, சமண மடப் பிரதிநிதிகள் பல்லவன் அவையில் இடம் பெற்றிருப்பார்கள். திருநாவுக்கரசர், பல்லவனுக்கு, மாமல்லன் என்றும், மகாபலிபுரத்திற்கு மாமல்லை என்ற பட்டமும் வழங்குவதாகக் காட்டியிருப்பார். இவை எல்லாம் இல்லையென்றாலும் ஒரு சினிமாவாக அதை யாரும் கேள்வி கேட்கப் போவதில்லை, ஆனாலும் மெனக்கெட்டிருப்பார்.

மன்னர் கொலு மண்டபத்திற்கு வரும்போது கட்டியம் கூறுபவன் வாயிலாக, "தீர மறவர். திக்கெட்டும் புகழ் பரப்பும் தென்னவன் கோ. பல்லவச் சிங்கம், பகை முடித்து நகை முழக்கும் படை முகத்துப் பெரு வீரர், நாட்டுக்கு மன்னன், நல்லோர்க்கு அண்ணன், காஞ் சித்தலைவர் நரசிம்ம பல்லவர் வருகை" என்று தன் தலைவனை, மனதின் காஞ்சி மன்னனைப் புகழாமல் புகழ்ந்திருப்பார். இது போன்றவற்றுக்காக படம் பல சென்ஸார் வெட்டுக்கு உட்பட்டு, தாமதமானது. அவ்வளவு வெற்றியும் பெறவில்லை. காஞ்சித் தலைவன் என்று எட்டு எழுத்தில் பெயர் வைத்தது காரணம் என்று பேசினார்கள். ஆனால் புதுமைப் பித்தன், அரசிளங் குமரி, தாயில்லாப்பிள்ளை, இருவர் உள்ளம், மண்ணின் மைந்தன், புதிய பராசக்தி, என்று கடைசிப் படமான பொன்னர் சங்கர் வரை ஏகப்பட்ட எட்டு எழுத்துப் படங்கள், இவற்றில் நிறைய வெற்றிப் படங்கள், அவர் ராசி பார்க்கிறவர் அல்ல என்று காட்டும்.

பராசக்தி, மனோகரா போன்ற படங்களில் அவரது வசனங்களை அற்புதமான ஏற்ற இறக்கத்தோடு பேசிய சிவாஜி கணேசன் என்கிற நடிகர்திலகத்தைத் திரையுலகில் நிறுவிய பெருமை கலைஞரையே சாரும் என்பேன். அவரது வசனங்களை அப்படி ஒரு வாய்ஸ் மாடுலேஷனோடு, சிவாஜி போல யாரும் இன்று வரையிலும் பேசவில்லை என்பதும் உண்மை. சேரன் செங்குட்டுவன் நாடகத்தில், காதல் கதை கேட்கும் ராணியிடம் "வீரத்தை மணந்த காதல் கதை, நானே எழுதியிருக்கிறேன் ஒரு புதிய நடையில், கொஞ்சம் கேளேன்," "காவிரி தந்த தமிழகத்துப் புதுமணலில் களமமைத்து, சேர சோழ

பாண்டி மன்னர், கோபுரத்துக் கலசத்தில்." என்று நீளும் அந்தப் புதிய வசன கவிதை நடைதான் அவரது வாழ் நாள் முழுவதற்கும் பலரையும் அவருக்கு ரசிகர்களாக்கிற்று.

1965 குடியரசு நாளை இந்தித் திணிப்புக்கு எதிராக கறுப்பு தினமாகக் கொண்டாட அண்ணா விடுத்த அறிக்கையை ஒட்டி, எஸ்.எஸ்.ஆர் தன் வீட்டில் கறுப்புக் கொடி கட்டினார். அதை எதிர்த்துக் கலவரம் செய்த காங்கிரஸாரிடம் வாக்கு வாதம் செய்தார். அவர் மீது துப்பாக்கியைக் காட்டி மிரட்டினார் என்று வழக்குப் பதிவு செய்தது போலீஸ். இதைக் கதையோடு ஒட்டிய வேறு காட்சியாக மாற்றி அவன் பித்தனா படத்தில் எஸ். எஸ். ஆரே பேசுவார், "துப்பாக்கியைக் காட்டி மிரட்டினேன் என்று கேஸ் போடுவியா போட்டுக்கோ" என்று. தியேட்டரே அதிரும். இப்படி நாட்டு நடப்பை சமத்காரமாக நுழைத்து விடுவார் சினிமாவில்.

*1947*இல் ஆரம்பித்த அவரது திரையுலகப் பயணத்தின் இந்த எழுபது ஆண்டுகளில் அவர் கிட்டத் தட்ட எழுபது படங்களுக்கு திரைக்கதை வசனம் எழுதியிருப்பார். "அவருடைய வார்த்தைகள் வரலாற்றை மாற்றிக் கொண்டே இருக்கின்றன," இது ஃபிடல் காஸ்ட்ரோ பற்றி மார்க்வெஸ் சொன்னவை. "மாநிலத்தில் சுயாட்சி மத்தியில் கூட்டாட்சி', "உறவுக்கு கை கொடுப்போம், உரிமைக்கு குரல் கொடுப்போம்" போன்ற கலைஞரின் பல வாசகங்கள் தமிழ் நாட்டு வரலாற்றை மாற்றி இருப்பதற்கு இதை ஒப்பிடலாம். இவை எல்லாமே அவரின் திரைப் பாத்திரங்கள், "பாக்கு வைச்சா பாக்கு வைப்போம், பகையை வச்சா பகையை வைப்போம்," என்பது போல ஆங்காங்கே பேசிய வசனங்களின் கண்ணியமான வடிவங்கள்தான். திராவிட இயக்க வளர்ச்சியின் பாதையில் கலைஞரின் திரைக் கதைகளும் வசனங்களும், வார்த்தைகளும் ஆல் போல் தழைத்து அருகு போல் வேரோடி இருக்கின்றன. அவற்றையும் அவரையும் மேடைக்கு மேடை நகலெடுத்து முழங்கினார்கள் கழகப் பேச்சாளர்கள். அவரது நடையில் சொன்னால் திராவிட இயக்கத்தின் முன்றிலில் அவை கதிராகவும் நிலவாகவும் ஒளி வீசிக் கொண்டிருக்கின்றன. இதில் என் தலைமுறைச் சார்ந்த திராவிட இயக்கப் பற்றாளர்களுக்குச் சந்தேகமே இல்லை. அவருக்கு ஆரோக்கியமான போட்டியாளரான கண்ணதாசன் வரிகளிலே சொன்னால் "கலைகளிலே அவர் கதை வசனம்"

3

முனைவர் பெரியசாமி ராஜாவுடன் ஒரு உரையாடல்

1. காட்சி மொழியான சினிமா என்கிற வடிவம் இங்கு பெரும்பாலும் பேச்சு வடிவமாக உள்ளதே ஏன்?

எந்தப் படைப்பாளியும் அடிப்படையில் ஒரு கதை சொல்லிதான். ஓவிய மொழிக்குக் கூட இது பொருந்தும். அனுபவித்துக் கதை சொல்லும் போது, கதை சொல்லியின் தனித்த முகபாவனைகள் உடல் அசைவுகள் ஆகியவைகளால் உண்டான நிகழ்த்துக்கலை போன்ற ஒன்றே நாடகமானது எனலாம். நாடகத்திலிருந்தே சினிமா வடிவெடுக்கிறது. சினிமாத் தொழில் நுட்பம் இந்தியாவில், முதலில் கல்கத்தாவிலும், பின்னர் பம்பாயிலும் பின் சென்னையிலும் காலூன்றியது. எல்லா மேலைநாட்டுக் கண்டுபிடிப்புகளும் இந்த மூன்று நகரங்கள் அல்லது பட்டினங்களிலேயே அரங்கேற்றம் கண்டன. (எங்கள் சிறு வயதில் இதனால்த்தானோ என்னவோ நாங்கள், "சென்னை பம்பாய் கல்கத்தா, செவுட்டில ரெண்டு கொடுக்கட்டா" என்று பாடித் திரிவோம். பின்னர் டில்லி முக்கியத்துவம் பெற்ற பின் 'டில்லி பம்பாய் கல்கத்தா திருப்பி

நானும் கொடுக்கட்டா என்று பாட்டுப் பிறந்தது. எங்கள் காலத்து நர்சரி ரைம் இது போலத்தான் இருந்தது.

டப்பா டப்பா வீரப்பா
எப்படா கல்யாணம்
மாசம் பிறக்கட்டும்
மல்லிகப் பூ பூக்கட்டும்
எம்.ஜி.ஆர். சண்டை
பானுமதி கொண்டை
குளத்துல கொக்கு
கோழிப் பீயை நக்கு.

இதெல்லாம் பின்னால் சினிமா நன்கு காலூன்றிய பின்னர், 'பாலர் வகுப்பு' குழந்தைகளின் ரைம்ஸ்.) முதன் முதலில் கல்கத்தாவில் சினிமா திரை பரப்பிய போது நாடகக் காட்சிகளைப் படம் பிடித்து பயாஸ்கோப்பாக காண்பித்தார், ஹிராலால் சென் என்பவர். இதிலேயே நாடகங்கள் சினிமாவுக்குத் தாய் என்றாகி விட்டது எனலாம். தமிழ் சினிமா நாடகங்கள் காட்சி வடிவாக இருந்தாலும், அவை கூத்திலிருந்து பிறந்ததால் பாடல்களால் நிரம்பி இருந்தது. தமிழ் சினிமாவின் முதல்ப் பாடலாசிரியராக அறியப்படும் மதுர கவி பாஸ்கரதாஸ் தினசரி இரண்டு மூன்று பாடல்களாவது நாடகங்களுக்கு எழுதி விடுவாராம், அதுவும் கேட்ட உடனேயே. நாடகப் பாடல்களையே சினிமாவுக்கும் பயன் படுத்தினார் அவர்.

வள்ளி திருமணம் நாடகத்திலிருந்து, அதே படத்திற்கு அவர் கையாண்ட பாடல்

"ஆலோலம் ஆலோலம் ஆலோலம்
அன்னம் கௌதாரிகள் ஆலோலமே
வெட்கம் கெட்ட வெள்ளைக் கொக்குகளா
விரட்டி அடித்தாலும் வாரீகளா"

முதல் தமிழ்ப் பேசும் படமான காளிதாஸ் படத்திற்கு அவர்

"ராட்டினமாம்
காந்தி கை பாணம்
பாரில் நம்மைக் காக்கும்
பிரமாண சுதேசிய
நாட்டிற்கு வேலை
பூட்டி ஓர்

வீட்டுக்கு வீடு
மெய்யாக வேண்டுமே
மீட்சி பெறத்தூண்டுமே
பாஸ்கரன்
ஆட்சிப் பிறம் தாண்டுமே."

அவர் பாடல்களுக்கெல்லாம் மெட்டுப் போட்டு இசையமைப்பதையும் அவரே செய்து விடுவாராம். அவர் ஒரு சிறந்த தேச பக்தர். நாட்டு விடுதலைக் கருத்துக்களை பாடல்கள் மூலம் நாடகத்தில் புகுத்தியிருக்கிறார். இவர் மட்டுமல்லாமல் அன்றைய நாடகங்கள் பலவற்றிலும் இவையே பின்பற்றப்பட்டன. ஆக நாடக ஊடகம் ஒரு பிரச்சார ஊடகமாகியது. நாடகம் சினிமாவுக்குள் அடங்க ஆரம்பித்த பின் சினிமாவில் அது தொடர்ந்தது. சினிமா கே.ஆர்.ராமசாமி, என்.எஸ்.கே, அண்ணா, கலைஞர், எம்.ஜி.ஆர் போன்ற திராவிட இயக்கத்தினர் கைகளுக்குச் சேரும்போது சினிமாவில் பாடல்கள், மெல்லிசையாகி எண்ணிக்கையும் குறைய ஆரம்பித்திருந்தன. இவையெல்லாம் ரசிகர்களின் விருப்பத்திற்கு ஏற்பவே அல்லது வெகு மக்கள் ரசனையை ஒட்டியே மாற்றங்கள் அடைந்தது. திராவிட இயக்கத்தினர் வசனத்தை பிரச்சார உத்தியாகக் கொண்டனர். இளங்கோவன், ஏ.எஸ்.ஏ.சாமி, ப.நீலகண்டன் ஆகியோர் சினிமா வசனங்கள் எழுதுவதில் முன்னோடி. இளங்கோவனின் தமிழ் அதற்கு முந்திய பாபனாசம் சிவன் போன்றோரின் மணிப்பிரவாள நடையினை உடைத்து, புதிய பாணியில் எழுதியதும் சினிமா முற்றாக வசனங்களை நம்ப ஆரம்பித்தது. அண்ணாவைத் தொடர்ந்து கலைஞர் மிகப்பெரிய தாக்கத்தை உண்டு பண்ணினார். வசனகர்த்தாக்களின் சொர்க்கமாக தமிழ் சினிமா இருந்தது. இவர்களைத் தவிர சக்தி கிருஷ்ணசாமி, ஆசைத்தம்பி, அரங்கண்ணல் போன்றோரின் வசன ஆதிக்கம். ஸ்ரீதருக்கு இவர்கள் அளவுக்கு இந்த மாதிரியான வசனம் எழுத வரவில்லை என்பது தமிழ் சினிமாவின் நல்லூழ். காட்சிகள் மூலம் சினிமாவை நகர்த்த அவர் முயன்றதில் இதுவும் ஒரு காரணியென நினைக்கிறேன். ஆனால் அவருடன் நாடகத் திரையுலகிற்கு வந்த கே.எஸ். கோபாலகிருஷ்ணன் பெண்களுக்கான வசன உலகம் ஒன்றை உருவாக்கினார்.

பாடல்களை முணுமுணுத்துத் திரிந்தவர்கள், வசனங்களை ஒப்பித்துக் கொண்டு திரிந்தனர். நாடகக் காலங்களில் நாடகப் பாடல்களும், தனிப்பாடல்களுமாக கிராமஃபோன் இசைத் தட்டுகளுடன் சுழன்று கொண்டிருந்த ரசிகர்கள், சினிமா ஒலிச்

சித்திரத் தட்டுகளைக் கேட்டுக் கொண்டிருந்தனர். வசனம் பேசுவதாலேயே புகழின் உச்சிக்குச் சென்ற சிவாஜியின் கட்ட பொம்மன், சாம்ராட் அசோகன், அனார்கலி போன்ற ஓரங்க நாடகங்களில் கிறங்கிக் கிடந்தனர். வானொலி நாடகங்களும், வானொலியில் தேர்ந்தெடுக்கப்பட்டு ஒலிபரப்பப்பட்ட சினிமாக்களுக்கும் வசனங்களுக்கே முக்கியத்துவம் தரப்பட்டது. வானொலியில் ஒலிபரப்பப்பட்ட சினிமாக்களில் அதிகமும் சிவாஜி படங்களே. எனக்குத் தெரிந்து 'படகோட்டி' மட்டுமே எம்.ஜி.ஆரின் படங்களில் ஒலிச்சித்திரமாக வானொலியில் ஒலிபரப்பானது.

2. தமிழ் சினிமாவின் பேச்சு / உரையாடல் தமிழ்ச்சமூகத்துடன் கொண்டுள்ள உறவு குறித்து...

தமிழ் மொழி அளவுக்கு வேறு மொழிகளில் அதிகமான நீதி நூல்கள் இருக்காதென்று கருதுகிறேன். தமிழில் செவியறிவுறூஉ என்று ஒரு துறையே இருக்கிறது. நாம் அறிவுரைகளைக் கேட்டு அதன் படி நடக்கிறோமோ இல்லையோ செவி கைப்ப அதைக் கேட்பதில் ஆர்வமுள்ளவர்கள். தமிழ் சினிமாவின் பேச்சும் பாடல்களும் காலகாலமாக நமக்கு அறிவுரைகளை வழங்கிக் கொண்டே இருக்கிறது. அதிலும் எம்.ஜி.ஆர் பாடலான "அச்சம் என்பது மடமையடா அஞ்சாமை திராவிடர், பாரதியாரின் அச்சமில்லை அச்சமில்லை பாடலை விட மேலும் ஜே.கிருஷ்ணமூர்த்தி சொல்லுவாரே, 'அரட்டையும் கவலையும் ஆழ்வமைதியற்ற மூளையின் / மனதின் வெளிப்பாடு' (gossip and worry are the outcome of restless mind) என்று. அது போல சினிமா வசனம் மக்களுடன் அரட்டையை மேற்கொண்டது. கே.எஸ்.கோபாபாலகிருஷ்ணனின் சித்தி படம் பார்க்கும் போது தரை டிக்கெட் பெண்கள், 'ஆங் அப்படிப் போடுள்ளா, அன்னா வாயடைச்சு நிக்காம் பாரு கொறவன் மாதிரி' என்று முத்துராமனையோ எம்.ஆர். ராதாவையோ பத்மினியுடன் சேர்ந்து வாங்கு வாங்கென்று வாங்கிக் கொண்டிருந்தார்கள். அதற்கு எதிர்ப்பாக வந்த 'அழகிய காட்சிகள் கொண்டிருந்த 'அன்பே வா' படத்தை விட சித்தி அதிக நாட்கள் ஓடியது. அந்த இடத்தைத்தான் இன்றையத் தொலைக்காட்சித் தொடர்கள் எடுத்துக் கொண்டிருக்கின்றன.

3. சினிமா இங்கு உரையாடலாக, வசனமாக, ஒலிச்சித்திரமாக மீண்டும் மீண்டும் நினைவு கொள்ளப்படுவதன் பின்புலம்....

இந்த மூன்றாவது கேள்வியின் சாரம் முதலாவதில் சொல்லப் பட்டு விட்டதாக நினைக்கிறேன்.

4. காலந்தோறும் தமிழ் சினிமாவில் பேச்சு மாறி வந்துள்ளதனை பிற மொழிப் படங்களுடன் (அங்கு இப்படியான மாற்றம் ஏதேனும் உண்டா?) இணைத்துப் புரிந்து கொள்ள இயலுமா?

இந்த அளவுக்கு இருக்குமா தெரியவில்லை. இதற்கு அந்தந்த மொழி தெரிந்தவர்கள் சொன்னால் தெரிந்து கொள்ளலாம்.

4
பாடல்களால் நிரம்பிய தமிழ் வாழ்வு

வேலம்மா மதினி பின் வாசல் குச்சு வீட்டுக்கு குடி வரும் போதே குழந்தை உண்டாகி இருந்தாள். குச்சு வீட்டிற்குக் குடி வந்தவர்களிலேயே ரேடியோ வைத்திருந்தது அவள்தான். வண்டியிலிருந்து இறங்கும்போதே ரேடியோவைக் குழந்தையை இடுப்பில் வைத்துக் கொண்டு இறங்குவது போலத்தான் இறங்கினாள். ரேடியோவைப் பார்த்ததுமே வீட்டில் உள்ள பெண்களின் முகம் வாடி விட்டது. இதுக்கு வேற கரண்டுச் செலவு வரும்லா. அப்பா திரும்பிப் பார்த்ததும் கப்சிப். அதுக்கு ஏரியல் எல்லாம் கட்டணும், தட்டட்டில கம்பு நடணும், என்னல்லாம் செய்யணும்... என்று குசுகுசுவென்று உள்ளே போய்ப் பேசினார்கள். அதற்கெல்லாம் அவசியமே இல்லை. வீட்டுக்கு வெளியே தகரச் சாய்ப்புக்கு அடியில், நாலு விரற்கடை அகலத்தில், ஐந்தடி நீள வலை ஒன்றைக் கட்டினாள். பார்த்துக் கொண்டிருந்த என்னிடம் சொன்னாள், 'இது தான் ஏரியல்', சொல்லிக் கொண்டே உள்ளே போனாள். அதுக்குப் பெயர் 'இன் டோர் ஏரியல்' என்று பின்னால் தெரிந்தது.

உள்ளே போனதும், ஒரு சின்ன மேஜை மேல் அழகான பூ வேலைப்பாடு செய்திருந்த துணியெல்லாம் விரித்து ரேடியோவை வைத்தாள். அவள் புருஷன் நல்ல சிரிச்ச முகமாக இருந்தான்.

ஏரியல், எர்த் பின் எல்லாம் ரேடியோவில் சொருகி, எர்த் வயரை ஈரமான மண் நிரப்பிய கண்ணாடித் தம்ளரில் சொருகி வைத்தான். நான் பின் வாசல் நடையில் இருந்தபடியே பார்த்துக் கொண்டிருந்தேன். நேர் நேர் வாசல். இங்கிருந்தே, குச்சு வீட்டின் கதவு திறந்திருந்தால், அநேகமாக எல்லாம் தெரியும். எப்படா வயர்களையெல்லாம் சொருகுவான் என்று காத்திருந்தது போல ரேடியோவைப் போட்டாள். குட்டியான மர்ஃபி ரேடியோ. இங்கே முணுமுணுப்பு ஆரம்பித்தது. வந்தவ விளக்குப் பொறுத்தி சாமி கும்பிடுவான்னு கண்டிருக்கேன், இவ என்னடான்னா ரேடியோவுக்கு அலங்காரம் பண்ணுதா, தீவாரணை காமிக்காதது ஒண்ணுதான் குறைச்சல்., என்று தொடர்ந்து பேச்சு. வழக்கம் போல வால்வ் ரேடியோவின் வால்வுகள் எல்லாம் சூடாகி குர் குர் என்று கத்த ஆரம்பிப்பதற்குள் ஒரு சின்ன விளக்கை வைத்து, சிறிதாகக் கோலம்போட்டு, பூவெல்லாம் போட்டு வாசலிலும் ஒரு கோலம் போட்டு விளக்குப் பொருத்தினாள். எல்லாவற்றையும் கச்சிதமாகச் செய்தாள். பிள்ளைத்தாய்ச்சி பொம்பளை இடையிடையே, கொஞ்சம் மூச்சு வாங்கிக் கொண்டாள். 'தில்லையம்பல நடராஜா...' பாட்டைமுடிகிற நேரத்தில் பிடித்து விட்டான் புருஷன்காரன். எனக்குப் பிடித்தமான பாடல். அதைக் கேட்டு எழுதி வைத்துக் கொள்ள வேண்டும் என்று நினைப்பதுண்டு. எங்கள் வீட்டில் ரேடியோ, கிராம ஃபோன் எல்லாம் இருந்த காலங்கள் உண்டாம். எனக்குத் தெரிந்து உடைந்த கிராமஃபோன் ரிக்கார்டும், அதையே நெருப்பில் காட்டி நெளிவு நெளிவாய் வளைத்தும் செய்த ஒரு தட்டும் உண்டு. உடைந்த ரிக்கார்டை தேள் கடித்தால் உரைத்துப் போடுவதற்கு யாராவது கேட்டு வாங்கிப் போவார்கள். இலங்கைத் தேசிய ஒலிபரப்பு *12.45* ஒலிபரப்பில் தில்லையம்பல நடராசா கேட்டதும் இங்கேயும் முணுமுணுப்பு குறைந்தது. என்னைப் பார்த்து "தம்பி வந்து கொஞ்சம் பால் சாப்பிடுங்க" என்றாள், வேலம்மா. அதுதான் அவள் பேர், இரண்டு மூன்றுதடவை அவன் அப்படிக் கூப்பிட்டிருந்தான். அம்மா தலையசைத்தாள் போய்ட்டு வா என்று. நான் போனதும் ரேடியோவையே பார்த்துக் கொண்டிருந்தேன். இரண்டு மூன்று பாடல்கள்தான் போடுவார்கள் அந்த நேரத்தில். "ஆகாய வீதியில் அழகான வெண்ணிலா," போட்டார்கள். வீட்டில் பெரிதாகச் சாமான்களே இல்லை. இரண்டு டிரங்கு பெட்டிகள் மட்டும்தான் சொத்து போலிருக்கிறது. பழைய பாய், ஒரு சாக்குப் பையில் சில பாத்திர பண்டங்கள். அவர், தம்பி பக்கத்தில் விறகுக் கடை எங்க இருக்கு, அங்கேயே மரப் பொடியும் கிடைக்குமா என்று கேட்டுக் கொண்டிருந்தார்.

வேலம்மா மதினி, இன்னமதான் முறை சொல்லலாமே, ஒரு செம்பை எடுத்து அதில் பாலை விட்டு எடுத்துக் கொண்டு, எங்கள் வீட்டிற்கு முன்பக்கமாகப் போனாள். குச்சு வீடு இருப்பது பின் பக்கம். கொடுத்து விட்டு வந்தாள். “நீ எங்க இங்கே இருந்தே குடுத்துருவியோன்னு பயந்தேன்,” என்றான். “நல்லாத்தான் புறவாசல் வழியா வந்தா என்று சொல்லுவாகள்ளா அதெல்லாம் பெரிய எடத்துல எப்படி எப்படி இருக்கணும்ன்னு தெரியாதா எனக்கு, என்றாள்”. இதை வீட்டில் போய்ச் சொல்லணும் என்று நினைத்துக் கொண்டேன்.

அப்புறம் மதினி உண்டு அவளது கை ராட்டை உண்டு. அவனும் அதாவது அண்ணாச்சியும், கதர்க்கடைக்கு எதிர்த்த ஒலி பெருக்கி கடையில்தான் வேலை பார்த்தான். மதினி வேலை பார்த்த நேரம் போக ராட்டையிலேயே உக்காந்து நூல் நூத்துக் கொண்டிருப்பாள். நூல்ச் சிட்டத்தை அண்ணாச்சிதான் கொண்டு போய் கதர்க் கடையில் கொடுத்து சிட்டையில் பதிந்து கொண்டு வருவான். மதினி நூற்கிற சிட்டையில் கடையில் குறையே சொல்ல மாட்டார்கள். மதினியிடம் நன்றாக நூற்காத நூல் சிட்டம் ஒன்றை விளக்குத்திரி போடுவதற்கு அம்மா கேட்டு வாங்கிக் கொண்டாள் அது கூட நல்ல சிட்டம்தான். மத்தியானம் மூனு மணிக்கு சிலோன் ரேடியோ ஆரம்பித்து விடும். நாலு மணிக்கு இசைக்களஞ்சியம். முதலில் எவரெடி பேட்டரி நடத்தினார்கள். அப்புறம் பாண்ட்ஸ் இசைக்களஞ்சியம். ரொம்ப நாளாக அதில் முதலிடத்தில் இருந்தது ‘வளர் பிறை’ படத்தில் வரும், “கலகலக்குது காத்து சலசலக்குது கீத்து பள பளக்குது சோலையெல்லாம் பருவப் பொண்ணைப் பாத்து...” பாடல்தான். மதினிக்கு அது பிடிக்காது. மதினிக்கு பிடித்தது பழைய பாடலான “வருவேன் நான் உனது மாளிகையின் வாசலுக்கே...” திருமணம் விசேஷம் இல்லாத காலங்களில் அண்ணாச்சி கடையில் இருந்து ரெக்கார்டும் பிளேயரும் எடுத்து வந்து வீட்டில் போடுவார். அவருக்குப் பிடித்த பாட்டு “காவேரிக்கரையிருக்கு. கரை மேலே பூவிருக்கு..” ஒரு பிடித்த பாட்டை வெறுக்க வைக்க வேண்டுமென்றால் அதை அடிக்கடிக் கேட்பதுதான், என்பாள் மதினி. இந்தப் பாட்டு நல்ல பாட்டுத்தான் ஆனா உங்க அண்ணாச்சி போட்டுப் போட்டுத் தேச்சு போரடிக்க வச்சுட்டாக’ என்பாள்.

இந்த ரெக்கார்டிற்குப் பின் புறம் இருப்பது “நடக்கும் என்பார் நடக்காது நடக்காதென்பார் நடந்து விடும்....” என்ற சோகப் பாடல். ஒரு கல்யாண வீட்டில், பாட்டுப் போட வந்தவர், ஒரு பையனைப்

பார்த்துக் கொள்ளச் சொல்லி விட்டு காலைச் சாப்பாட்டுப் பந்திக்கு, சாப்பிடப் போய் விட்டார். பையன் காவேரிக் கரையைப் போட்டு விட்டு, ரெக்கார்டைத் திருப்பிப் போட்டு விட்டான். "தொடுத்த பந்தல் அழகு பார்த்து துள்ளும் ஒருவன் மனமிங்கே, பிரித்த பந்தல் கோலம் கண்டு பேதை கொண்ட துயரிங்கே துயரிங்கே" என்று முழங்க ஆரம்பித்து விட்டது, ஒலி பெருக்கி. ஒலிபெருக்கிக் காரர், பாதி சாப்பிட்ட எச்சில் கையோடு எழுந்து ஓட, ஏற்கெனவே ரிக்கார்டெல்லாம் போடக் கூடாது என்று எதிர்ப்புத் தெரிவித்த மாமா ஒருத்தர் காட்டுக் கத்து கத்த, பெரிய களேபாரமாகி விட்டது. ரிக்கார்டை மாற்றிப் போட்டவனின் அக்காவுக்குத்தான் கல்யாணம். அதனால் எப்படியோ அடி விழாமல் தப்பித்தான் ரெக்கார்டுக்காரன் என்று சொன்னார் ஒரு முறை அண்ணாச்சி. உண்மையில் அது நடந்தது அடுத்த வீட்டில்தான். நானும் பக்கத்தில்தான் இருந்தேன். நான் சொல்லச் சொல்லக் கேட்காமல் அந்தப் பையன் போட்டு விட்டான்.

அண்ணாச்சி, கல்யாண வீட்டிற்கென்றால் கரெக்டாக ரிக்கார்டுகளை செட் பண்ணி வைத்திருப்பார். பொட்டியை விட்டு அங்கே இங்கே நகர மாட்டார். அப்போதெல்லாம் 78 R P M 'தோசைக்கல்' இசைத்தட்டுகள் காலம். பொறுமை ரொம்ப வேண்டும். மணமகளை அழைத்து வரும் போது, தமிழ் உலக வழக்கப்படி, "மணமகளே மருமகளே வா, உன் வலது காலை எடுத்து வைத்து வா." போடுவார். மாப்பிள்ளை அழைப்பு என்றால், "வருக வருக வேந்தே என்ற நாடோடி மன்னன் பாட்டுப் போடுவார்." நிறையப்பேர் விரும்ப மாட்டார்கள். சிவாஜி பாட்டு வேண்டுமென்று கேட்பவர்களுக்கு "ஊரெங்கும் மாப்பிள்ளை ஊர்வலம்.. வீடெங்கும் மாவிலைத் தோரணம்.." பாடல் போடுவார். அதை இரண்டு வரிகள்தான் திரும்பத் திரும்பப் போடுவார். அடுத்த அடி தப்பாகப் போய் விடும். சிவாஜி பாடல்கள் பெரும்பாலும் சோகப் பாடல்களாக இருக்கும். சில லவ் டூயட்டுகளைப் போடுவார்கள். சிவாஜி பாடலில் தவறாமல் போடுகிற பாடல் "வாராயென் தோழி வாராயோ மணப்பந்தல் காண வாராயோ." அண்ணாச்சி மறக்காமல்ப் போடுகிற பாட்டு, "புருஷன் வீட்டில் வாழப் போகும் பொண்ணே, தங்கச்சி கண்ணே, சில புத்திமதிகள் சொல்லறேன் கேளு முன்னே." அவருக்கு நல்லதங்காள் படத்தின் "துயில் நீங்கி எழுந்திடுவாள் தூபம் கொளுத்திடுவாள்' பாடல் மிகவும் பிடிக்கும். ஆனால் நல்லதங்காள் கதை நடந்து விடக்கூடாதேயென்று ஒரு பயம். அதே போல சந்திரோதயம் படத்தில் வரும்" கெட்டி மேளம் கொட்டுற கல்யாணம் தங்கத்தாலி கட்டுற கல்யாணம் பாடலை

ஒலி பரப்புவார்கள், ஆனால் அது கல்யாண அமைப்பையே கிண்டல் பண்ணுகிற பாடல் என்று பலர் உணர்வதில்லை. சில அண்ணாச்சிமார்கள் அது என்னடே பாட்டுன்னு போடுதே என்பார்கள்.

‘எங்கள் செல்வி’ என்றொரு படத்தில் குழந்தைக்குப் பேர் வைப்பதற்கு ஆளாளுக்கு யோசனை சொல்லும் பாடல் ஒன்று உண்டு. “என்ன பேரு வைக்கலாம் எப்படி அழைக்கலாம் சின்னச் சின்னக் கண்ணைக் காட்டி சிரிக்கும் எங்க பாப்பாவுக்கு..” என்று வரும். சீதை, தமயந்தி, பாஞ்சாலி அனுசூயா போன்ற பல பெயர்களும் யோசிக்கப்பட்டு சரிப்பட்டு வராமல் நல்ல தமிழ்ப் பெயராக தமிழ்ச் செல்வி என்று வைப்பார்கள். அப்படிப் பெயர் வைப்பதில்க் கூட அறம் விழுந்து விடாமல் யோசித்தெல்லாம் பாட்டு எழுதியிருக்கிறார்கள் அப்போது. எங்கள் குடும்பத்தில் ஒருவர் இருந்தார். எல்லா விசேடங்களையும் முன் நின்று நடத்துவார். சம்பிரதாயங்களில் சிறிய சந்தேகம் என்றால்க் கூட அவரிடம்தான் கேட்கவேண்டும். அவருக்கு விசேடம் நடக்கும்போது ரேடியோ கூடப் போடக்கூடாது. “அவன் என்னத்தையாவது அச்சாணியமா பாட்டுப் போடுவான், நேரங்கெட்ட நேரத்திலே என்று சத்தம் போடுவார்.

ஆனால் வித்தியாசமான ஒரு நிகழ்வைக் கேட்டோம். மதுரையில் இருக்கும்போது, 2011. காலையில் எழுந்ததும், “பின் வாசலுக்கு வந்து பல் தேய்த்துக் கொண்டிருக்கும் போது,” நாலு பேருக்கு நன்றி அந்த நாலு பேருக்கு நன்றி, என்று பாட்டு காற்றில் வந்தது. இந்தப் பாடலைப் போட மாட்டார்களே, ஒரு வேளை கோயில்க் கொடை எதுவாகவும் இருக்கும் என்று நினைக்கும் போது, “ஜனனம் ஒரு வழி மரணம் மறு வழி சாலையிலே கேட்பதுவோ பாசம் என்னும் தாய் மொழி.” என்று ஒலித்தது. கொஞ்ச நேரம் கழித்து, “பாட்டுப் பாட வாயெடுத்தேன் ஏலேலோ அது பாதியில் நின்னு போச்சே ஏலேலொ...” என்றது. அடுதாற் போலேயே, போனாளே போனாளே ஒரு பூவுமில்லாமல் பொட்டுமில்லாமல் போனாளே... என்று ஒலித்தது. இது என்னடா எழவாப் போடுதாங்களே என்று தோன்றும் போதே, பல்லாக்கு வாங்கப் போனேன் ஊர்வலம் போக நான் பாதியிலே திரும்பி வந்தேன் தனிமரமாக... என்றது. அப்போது என்னுடைய அத்தான் ஒருவர், மாப்பிள்ளை இது காலையிலிருந்தே ஒரே அழுமூஞ்சிப் பாட்டா இருக்கே என்ன விஷயம். இன்னக்கி எலக்ஷன் ரிசல்ட் வேற வருதே நம்ம கலைஞர் கட்சி தோக்கப் போகுதா என்றார்.

அப்படித்தான் நடந்தது, வீட்டு வேலை செய்கிற பெண் வந்ததும், "பக்கதுல ஒரு கேதம் புருஷன் பொண்டாட்டி ரெண்டு கிழங்கள் ஒன்னா செத்துப் போச்சு.. வேலைய முடிச்சுட்டுப் போகணும்" என்றாள். இங்கே, இதுக்குன்னே செட்டுக்காரங்க பாட்டுக் கேசட்டு வச்சுருக்காங்க, 'பெரிய விசேஷம்'ன்னா இப்படித்தான் ஒரே ஒப்பாரிப் பாட்டா போடுவாங்க, இன்னும் கொஞ்ச நேரம் கழிஞ் சா ஆட்டம் பாட்டம்ன்னு கொண்டாட்டமா இருக்கும். உங்க பக்கத்தில எல்லாம் இந்த வழமை கிடையாதா என்றாள். நாங்கள் பேசின மாதிரியே அன்று தி.மு.க ஊத்திக் கொண்டது..

பிற்காலத்தில் பெண் அழைப்புக்கு, நினைத்ததை முடிப்பவன் படத்தின் "பூ மழைதூவி வசந்தங்கள் வாழ்த்த ஊர்வலம் நடக்கின்றது' பாடலும். தாலி கட்டி முடிந்ததும் இதயவீணை படத்தின் 'இன்று போல என்றும் வாழ்க எங்கள் வீட்டுப் பொன் மகளே' பாடலும் பொருத்தமாக இருந்தது. இன்னொரு பாடல் "பூ முடிப்பாள் இந்தப் பூங்குழலி பாடல்" நல்ல தேர்வு. அதில் வருகிற மாதரார் தங்கள் மகளென்று பார்த்திருக்க மாப்பிள்ளை முன் வந்து மணவறையில் காத்திருக்க... என்று வருகிற அடிகள் ராமாயணத்தில் கோசலையின் மகனான ராமனை எல்லோரும் தங்கள் மகனாகப் பார்த்து மகிழ்வதாக கம்பர் வரிகளில் வருவதை கவிஞர் இங்கே கொண்டு வந்திருப்பார்.

'புது மாப்பிள்ளைக்கு நல்ல யோகமடா இந்த மணமகள்தான் வந்த நேரமடா..' மற்றும் "நூறு வருஷம் இந்த மாப்பிள்ளையும் பொண்ணும்தான் சேர்ந்து வாழவேண்டும்" என்கிற இளைய ராஜா சகாப்தப் பாடல் திருமண நிகழ்ச்சிகளில் ஒலி பரப்பப் படுகின்றன. கஸ்தூரி விஜயம் படத்தில் சுசிலாவின் பாடலான "பல்லாண்டு பல்லாண்டு பல்லாண்டுகள் தம்பதிகள் வாழியவே இல்லறம் கண்டு..." என்று பல்லாண்டு பாடுகிறார் கவிஞர். இதுதான் இன்று வரை கிராமங்களில் கல்யாணம் முடிந்த பின் ஒலிக்கப்படும் பாடல்களாக இருக்கிறது. "திருமகள் தேடி வந்தாள் எந்தன் புதுமனை குடி புகுந்தாள்," என்கிற பாடலும் திருநாண் பூட்டு முடிந்ததும் ஒலிக்கிற பாடல்களில் ஒன்று. கிராமங்களில்த்தான் சில அபூர்வப் பாடல்களைக் கேட்க முடிகிறது. தேடிப் பிடித்து "மயங்குகிறாள் ஒரு மாது தன் மனதுக்கும் செயலுக்கும் உறவுமில்லாது' பாடலை ஒலிபரப்பினார்கள் ஒரு வீட்டில். அது மண்டபத்தில் நடந்த திருமணம் இல்லை. வீட்டில் நடந்த திருமணம். வீடென்றால் பெரிய மாளிகை. அதைக் கேட்டதும், மணமகளை பள்ளி அறைக்கு அழைத்துச் சென்ற பெண்களில் ஒருவர் ஒலி பெருக்கிக் காரரைத்

தேடி வந்து தனியே வெற்றிலை பாக்கு வைத்து பத்து ரூபாய் சுருள் கொடுத்தார், தம்பி ரொம்ப நல்ல பாட்டாப் போட்டீங்க தம்பி என்றபடி.

திடீரென்று தெருவில் பாட்டு ஒலிக்கிறதா, அப்போ யாரோ பெண் பூப்பெய்தி விட்டாள் என்று அர்த்தம். கிராமத்தில் அப்படி ஒலிபெருக்கி முழங்கினால் அதற்கு இரண்டு உபயோகம். தெருவுக்கும் தெரியும். ஊரிலிருந்து மாமன்மார் சீர் செனத்தியோடு வருகிறவர்களுக்கு வழியும் தெரியும். “ரொம்ப நாளாக வாழையடி வாழை படத்தில் வரும் “ ரோஜா மொட்டு மலர்ந்ததாம்...” பாட்டே ஒலிபர்ப்பினார்கள். இப்போது சின்னத்தம்பி படத்தின் “அரைச்ச சந்தனம் மணக்கும் குங்குமம் அழகு நெத்தியிலே....” பாடல் ஒலி பரப்புகிறார்கள். கிராமங்களில்தான் தமிழர் திருநாளாகிய தைப் பொங்கலுக்கு ஏகக் கொண்டாட்டமாக இருக்கும். ஜல்லிக் கட்டு நடக்காத ஊர்களில் பல வித விளையாட்டுப் போட்டிகள் நடக்கும். கபடி, சைக்கிள் ரேஸ் எல்லாம் அற்புதமான கொண்டாட்டங்கள். காலையிலிருந்தே பொங்கல்ப் பாடல்கள் எல்லாத் தெருக்களிலும், வைக்கப் பட்டிருக்கும் கூம்பு ஒலிபெருக்கியிலிருந்து ஒலிக்கும், “தை பொறந்தா வழி பொறக்கும் தங்கமே தங்கமே தங்கம் தங்கச் சம்பா நெல் விளையும் தங்கமே தங்கம்” என்று பாடல் தீபாவளியின் வெடிச் சத்தத்தைப் போல ஒலிக்கும். இதன் தொடர்ச்சியாக எழுதப்பட்ட பாடல் போல. “ஏர் முனைக்கு நேர் இங்கே எதுவுமே இல்லை என்றும் நம்ம வாழ்விலே பஞ்சமே இல்லை...” என்று பிள்ளைக்கனி அமுது பாடலை டி.எம்.எஸ் கணீரென்று பாடுவார். இரண்டுமே கே.வி.மகாதேவனின் ஆட்டம் போட வைக்கும் தாள இசையுடன், மருதகாசியின் நாட்டுப்புற மணம் கமழும் பாடல்கள். “ஏர் முனக்கு நேர் இங்கே எதுவுமே இல்லை...” பாடலில் வரும்

> வளர்ந்து விட்ட பருவப்பெண் போல் உனக்கு வெட்கமா தலை
> வளைஞ்சு சும்மா பாக்குறியே தரையின் பக்கமா இது
> வளர்த்து விட்ட தாய்க்குத் தரும் ஆசை முத்தமா என்
> மனைக்கு வர காத்திருக்கும் நீயும் சொல்லம்மா

என்பதில், முதல் மூன்று வரிகளில் ஒரு ஹைகுவைப் பார்க்கலாம். பொங்கலுக்கு, கிராமங்களிலும் , இலங்கை, திருச்சி வானொலிகளிலும் ஒலிபரப்பும் பாடல் ஒன்று, “முத்து முத்துப் பச்சரிசிப் பொங்கலோ பொங்கல்” என்ற பாடல், ஜானகி குழுவினர் பாடுவது. பட்டுக் கோட்டையின் பாடல். விஸ்வனாதன்

ராமமூர்த்தி இசை. படம் 'ஒன்று பட்டால் உண்டு வாழ்வு' என்று நினைவு. இதைத் தவறாமல்ப் போடுவார்கள். மிகப் புத்திசாலி ஒலிபெருக்கிக் காரர்கள், "தை மாதப் பொங்கலுக்கு தாய் தந்த செங்கரும்பே தள்ளாடித் தள்ளாடி வாடி தங்கம் போலே..." பாடல் போடுவார்கள். இப்போது போல டி.வி. யை விட்டு நகராமல் பட்டி மன்றம், திரைப்படம் என்று வீட்டுக்குள் அடையாது வெளியே விளையாட்டுகள், ஜல்லிக்கட்டுகள் என்று திரிந்த காலம். ஜல்லிக்கட்டு அல்லது வெறும் மாடு விரட்டும் மாட்டுப்பொங்கல் நிகழ்வுகளில், பழநி படத்தில் வரும், "அண்ணாச்சி வேட்டி கட்டும் ஆம்பளையா நீங்க... யாராச்சும் ரோஷமிருந்தா மாட்டுப் பக்கம் போங்க பாடல்" போடுவார்கள். இப்போது ரோஷமிருந்தா ரோட்டுப்பக்கம் போங்கன்னு'தான் பாடணும். "அஞ்சாத சிங்கம் என் காளை இது பஞ்சாப் பறக்க விடும் ஆளை" என்று கட்ட பொம்மன் பாடலும் போடுவார்கள். சினிமாப் பாடல்கள் மக்கள் வாழ்வோடு இணைந்தவை என்பதற்கு இது உதாரணம்.

பள்ளிகளில் கல்லூரிகளில் பிரிவு உபச்சார விழா நடக்கும் போது 'எந்தத் தலைமுறை வந்தாலும் இசைக்கிற பாடல்,' பசுமை நிறைந்த நினைவுகளே பாடித்திரிந்த பறவைகளே பாடல். "கண்ணதாசனின்," எந்த ஊரில் எந்த நாட்டில் என்று காண்போமோ எந்த அழகை எந்த விழியில் கொண்டு செல்வோமோ என்கிற வரிகளை கண்ணதாசன் தவிர யாராலும் எழுத முடியாது. இப்போதையக் கல்லூரிப் பிரிவு விழாக்களில் என்ன பாடல் போடுகிறீர்கள் என்று குழந்தைகளிடம் கேட்ட போது "முஸ்தபா முஸ்தபா டோண்ட் ஒர்ரி முஸ்தபா" பாடலும் போடுவோம் என்றார்கள். இரண்டில் எது நன்றாயிருக்கிறது என்றபோது சந்தேகமில்லாமல் உங்கள் காலத்துப் பாடல்தான் அந்தச் சூழலின் சோகத்தைக் காப்பாற்றுகிறது என்றார்கள். பள்ளி ஆண்டு விழாக்கள், விளையாட்டு விழாக்களில் சில பாடல்கள் போட சில கல்வி நிலையங்களில் அனுமதி உண்டு. நான் படிக்கிறபோது. சங்கிலித்தேவன் படத்தில் வருகிற "படிப்புத் தேவை அதோடு உழைப்புத் தேவை" என்கிற டி.எம்.எஸ் பாடலைப் போடுவார்கள். அப்புறமான காலங்களில் "ஒரு தாய் மக்கள் நாமென்போம். ஒன்றே எங்கள் குலமென்போம்" பாடலை ஒலி பரப்புகிறார்கள். மார்ச் ஃபாஸ்ட்டுக்கும் கூட இதை ஒலிபரப்புகிறார்கள். இப்போது ஆண்டு விழாக்களில் குத்துப் பாட்டு உட்பட சகலத்திற்கும் குழந்தைகள் ஆடவைக்கப்படுகின்றன.

கல்லூரிப் பிரிவு உபச்சாரங்களில் ஒரு கொண்டாட்டமாக, ஆசிரியர்களையும் சக மாணவ மணவிகளையும் கேலி செய்து

பாட்டுக்கள் போட்டுக் கொள்வார்கள். எப்போதும் பஸ்ஸ்டாப்பில் நிற்கும் போது லேசாகக் கலர்ச்சேலை கடந்து போனால் தின்கிற மாதிரி பார்க்கிற ஆசிரியருக்கு "எங்கெல்லாம் வளையோசை கேட்கின்றதோ அங்கெல்லாம் என் ஆசை பறக்கின்றது" பாடல். ப்ரினிசிபால் போஸ்ட் எப்படா வரும் என்று காத்துக் கிடந்தவருக்கு அபூர்வமாகக் கிடைத்தது, ஆளும் ஜாலியான ஆள், அதனால் அவருக்கு, "யார் தருவார் இந்த அரியாசனம்..." தென்காசிப் பக்கத்து மாணவனும் ஒரு மாணவியும் பகிரங்கமாக லவ்விக் கொண்டிருந்தார்கள், அந்தப் பெண்ணுக்கு, "அத்தானைப் பாரு அடி அம்மா உஷாரு, குத்தாலத்தில இருந்து இவர் வந்திருக்காரு." (பொன்னித்திருநாள் படப் பாடல்) வகுப்பில் வாத்தியார் அறுவை ஜோக் அடித்தாலும் சத்தமாய்ச் சிரிக்கிற நவமணி என்ற தோழிக்கு, "குலுங்குக் குலுங்கச் சிரிக்கும் சிரிப்பில் இவளொரு பாப்பா". அப்போது ஸ்கூட்டரில் கல்லூரிக்கு அழகான மாப்பிள்ளை அலங்காரத்தோடு வரும் ஒரே ஒரு ஆங்கிலப் பேராசிரியருக்கு 'மாப்பிள்ளை' என்றே பட்டப் பெயர். அவருக்கு, "மாப்பிள்ளை மாப்பிள்ளை வராரு, தோப்புக்கரணம் நூத்தியெட்டு போடவுமே போறாரு..." (சபாஷ் மாப்பிள்ளே படப்பாடல்). இதில் பாட்டு தேர்வில் எல்லாம் என் பங்கும் உண்டு. ரிக்கார்டு கிடைக்காத பாடல்களை நன்றாகப் பாடுகிறவர்களைப் பாட வைத்தோம். என் முறை வரும் போது மாணவிகள் தேர்வு செய்து போட்டதில் 'புலவர் விருப்பம்' என்று சொன்னதும் வகுப்பே ஹோ வென்று கத்தியது, மாட்டினாண்டா மச்சான் என்று. நல்ல வேளையாக "கலை மகள் கைப்பொருளே உன்னைக் கவனிக்க ஆளில்லையோ" பாட்டைப் போட்டு மானத்தைக் காப்பாற்றினார்கள்.

எங்கள் ஆரம்பப் பள்ளிக் காலத்தில் நல்ல சினிமா மெட்டுகளில் ஆசிரியர்கள் எழுதிய நாட்டுத் தலைவர்கள் பற்றிய பாடல்களைப் பாடி ஆடுவோம். மக்களைப் பெற்ற மகராசி படத்தின், "மணப்பாறை மாடு கட்டி மாயவரம் ஏரு பூட்டி..." பாடல் மெட்டில்

"ஓட்டப் பிடாரத்திலே உயர்ந்த நல்ல குடும்பத்திலே
உதித்தனரே தியாகியான சிதம்பரம்"

என்று பாடுவோம். இதற்கு திருநெல்வேலி மாவட்ட அளவில் நடந்த 'பள்ளிச் சீரமைப்பு மாநாட்டில்' நடந்த போட்டியில் என் வகுப்புத் தோழன் வாசமுத்து முதற் பரிசு வாங்கினான். அப்போது நாங்கள் நான்காம் வகுப்பு படித்துக் கொண்டிருந்தோம். 'மணமகன் தேவை' படத்தில் வரும் "வெண்ணிலா ஜோதியே

வீசுதே" பாடல் மெட்டில் "ஆசிய ஜோதியே அண்ணல் நேருவே" என்று ஒரு பாடல்.

இப்போது ஐயப்ப பக்தர்கள் சினிமா மெட்டில் பக்திப் பாடல்கள் பாடுகின்றனர். அதிகமும் வளைந்து கொடுக்கும் ஒரு டியூன், "நீலக்கடலின் ஓரத்திலே நீங்கா இன்பக் காவியமாம்..." பாடல். அதே மெட்டில் "மாளிகை புரத்து நாயகியே மங்கலச் செல்வி துணை நீயே..." என்று பாடுவோம். அது மோகன ராகம் என்று இசை தெரிந்த நண்பர் சொன்னார். கிறிஸ்துமஸ்ஸை ஒட்டி ரேடியோவில், சில சர்ச்சுகளில் வழக்கமான ஜிக்கி பாடிய "தந்தானைத் துதிப்போமே.", "எல்லாம் ஏசுவே எனக்கு எல்லாம் ஏசுவே" தவிர "சத்திய முத்திரை கட்டளை இட்டது நாயகன் ஏசுவின் வேதம்", ஏசு நாதர் பேசினால் என்ன பேசுவார் என்று அபூர்வமாக கண்ணதாசன் பாடல்கள் ஒலிக்கிறது. சில திருமணங்களில் "கேளுங்கள் தரப்படும் தட்டுங்கள் திறக்கப்படும்..." என்கிற டேப் ராதா மாணிக்கம் பாடல் போடுவார்கள்.

தி.மு.க மேடைகளில் அப்போதெல்லாம், எம்.ஜி.ஆர் பாடல்கள் எளிதாக உதவின. ஆனாலும் கூட்டம் ஆரம்பிக்கும் போது நாகூர் அனிபா பாடிய "அழைக்கின்றார் அழைக்கின்றார் அண்ணா" பாடல் போடுவார்கள். பாட்டாளியின் வெற்றி டப்பிங் தமிழ்ப் படத்தில் வந்த, வாழ்க பாட்டாளி வாழ்கவே... மெட்டில் அமைந்த அனிபாவின் "வாழ்க திராவிடம் வாழ்கவே" பாடல் போடுவார்கள். கண்ணதாசன் கட்சியை விட்டு விலகும் வரை "எங்கள் திராவிடப் பொன்னாடே" பாடல் எட்டுக்கட்டை சுருதியில் டி.ஆர். மகாலிங்கத்தின் குரலில் ஒலிக்கும். இரண்டு பேரும் போன பின்னால் மு.க.முத்து பாடல்கள் போட வேண்டிய கட்டாயம் வந்தது. எம்.ஜி.ஆருக்கு இந்தப் பிரச்னையே வரவில்லை.

காங்கிரஸ் கூட்டங்களில் சிவாஜி பாடல்கள் ஒலிபரப்பும் முன்னால், "உன்னைப் போல தலைவருண்டோ உழைப்பாலே உயர்ந்தவரே அன்னை சிவகாமி பெற்ற ஆசியாவின் பெருவிளக்கே..." என்ற எஸ்.சி.கிருஷ்ணன் பாடல் போடுவார்கள். சிவாஜி படங்களிலும் "தங்கங்களே நாளைத் தலைவர்களே" என்ற "என்னைப் போல் ஒருவன்" படப்பாடல் போடுவார்கள். அதுவும் பிற்காலத்தில் காங்கிரஸ் கட்சி கூட்டமும் போடாது பாடலும் போடாது. கம்யூனிஸ்ட் கட்சி கூட்டங்களில், பாதை தெரியுது பார் படத்தின் "செய்யும் தொழிலே தெய்வம் அதில் திறமைதான் நமது செல்வம்", பாச மலர் படத்தின் "எங்களுக்கும் காலம் வரும், காலம் வந்தால் வாழ்வு வரும்" பாடல், துலாபாரம் படத்தின்

“துடிக்கும் ரத்தம் பேசட்டும் துணிந்த நெஞ்சம் நிமிரட்டும்”, பிற்காலத்தில், சிவப்பு மல்லி படத்தின், “எரிமலை எப்படிப் பொறுக்கும், நம் நெருப்புக்கு இன்னுமா உறக்கம்.” பாடல்கள் போடுவார்கள். எம்.ஜி.ஆருடன் கூட்டணி வைத்திருக்கும் இரண்டு கம்யூனிஸ்டுகளில் ஒருவர், எம்.ஜிஆரின் நாடோடி மன்னன் படத்தின் “உழைப்பதிலா உழைப்பைப் பெறுவதிலா இன்பம்” பாடலும், மற்ற பட்டுக்கோட்டைப் பாடல்களும் போடுவார்கள். மருதகாசியின், “மனுசனை மனுசன் சாப்பிடறாண்டா தம்பிப் பயலே இது மாறுவதெப்போ தீருவதெப்போ.....” பாடல் போடுவார்கள்.

எது எப்படியானாலும் கொடை விழாக்களில் போடப்படும் பாடல்கள்தான் கொண்டாட்டமானவை. அங்கே எந்த கட்டுப்பாடும் கிடையாது. சோகப்பாடலும் போடுவார்கள். அதுவும் கிராமங்களில் இரவு 10 மணி நெருங்க நெருங்க, வானில் முழுமதியைக் கண்டேன் வனத்தில் ஒரு பெண்ணைக் கண்டேன் என்றும், வா கலாப மயிலே என்றும் போடும் பாடல்களைக் கேட்பதே ஒரு சுகம். ஒரு கொடை விழா நடந்து கொண்டிருக்கும் போது வேலம்மா மதினி தன் இரட்டைக் குழந்தையோடு தாய் வீட்டிலிருந்து திரும்பினாள். குழந்தைகள் அவளுக்கு மேல். ரேடியோ நின்று விட்டால் அழுகையை ஆரம்பித்து விடும். அண்ணாச்சி அந்த இரண்டு புதிய மகள்களுக்காக பழைய காலிப்சோ ரெகார்ட் பிளேயர் ஒன்று வாங்கி வந்தார். ஒரே ஒரு நிபந்தனை மட்டும் மதினியிடம் சொன்னார்., “வருவேன் நான் உனது மாளிகையின் வாசலுக்கே” பாட்டை மட்டும் புள்ளைகளுக்குப் போடக் கூடாது என்று. நான் எங்கயும் போயிருவேனா என் தங்கங்களை விட்டுட்டு என்று பிள்ளைகளைக் கொஞ்சுவாள். கொஞ்ச நாட்களில் குழந்தைகளைக் கவனிக்க முடியவில்லை என்று அம்மா வீட்டிற்கே போய் விட்டாள் வேலம்மாள் மதினி. போகும்போது அம்மாச்சி குழந்தைகளையும் அவள் மர்ஃபி ரேடியோவையும் ரெக்கார்ட் பிளேயரையும் இரண்டு இடுப்பில் தூக்கிப் போனார். நல்ல பொம்பளை, வீட்டை நல்லா வச்சுகிட்டா என்று வீட்டுப் பெண்கள் சான்று தந்தார்கள்.

5

தமிழ்த் திரையுலகின் சூரியகாந்தி

1965 தமிழ் நாளிதழ்ச் செய்திகளில்,குறிப்பாக அதிகம் விற்பனையாகும் நாளிதழ் என்று கூறப்பட்ட பத்திரிகை தனது சினிமா பக்கங்களில் அதிக இடம் கொடுக்கப்பட்ட நடிகை என்பது ஜெயலலிதாவாகத்தான் இருக்கும். காதலிக்க நேரமில்லை படத்தின் இமாலய வெற்றிக்குப் பிறகு இயக்குநர் ஸ்ரீதர் முற்றிலும் புது முகங்கள் நடிக்கும் படம் என்று அறிவித்து எடுத்த படம் வெண்ணிற ஆடை. முதலில் வெண்ணிற ஆடை படத்தில் ஒப்பந்தமாகியிருந்த நடிகை ஹேம மாலினி. அதற்கு முன் ஸ்ரீதர் முயற்சி செய்தவர் நிர்மலா. அவர் காதலிக்க நேரமில்லை படத்திற்கே ஒப்பந்தம் செய்யப்பட்டு ராஜ் ஸ்ரீ மாற்றப் பட்டார். ஹேம மாலினியை வைத்து “கண்ணன் என்னும் மன்னன் பெயரைச் சொல்லச் சொல்ல, கல்லும் முள்ளும் பூவாய் மாறும் மெல்ல மெல்ல” என்ற பாடலுக்கு சால்வார் கமீஸ் போட்டு வைகை அணைக்கட்டில் படமெடுத்து முடித்திருந்தார் ஸ்ரீதர். பேசும் படம் சினிமா இதழில், ஸ்ரீதர், ஹேம மாலினி, ஜெயா சக்கரவர்த்தி ஆகியோர் படப்பிடிப்பு முடிந்து நிற்கும் படங்கள் வந்திருந்தன. அதற்கு முன் இது சத்தியம் படத்தில் ஹேம மாலினி ஒரு நடனத்தில் ஆடுவார். ஸ்ரீதருக்கு அவர் நடிப்பில் திருப்தியில்லாததால் ஜெயலலிதா அதில் நடிக்கும் வாய்ப்புப் பெற்றார். இரண்டு பேர் புறக்கணிக்கப்பட்ட நிலையில்

ஜெயலலிதாவின் தலையில் ஏற்றப் பட்ட சுமை அபரிமிதமானது. ஆனால் அற்புதமாகச் செய்திருந்தார். படத்தின் ‘டைட்டில் கார்டி’ல் கூட ‘ஜயலலிதா’ என்று அவர் பெயரைத்தான் முதலில் போடுவார்கள். அப்புறம்தான் நாயகன் ஸ்ரீகாந்த் பெயரே வரும்.

மன நிலை பாதிக்கப்பட்ட ஒரு குழந்தை போன்ற பேதைப் பாத்திரம். பாதிக்கு மேல் முதிர்ச்சியடைந்து விட்ட காதலி பாத்திரம். அப்பப்பா என்ன நடிப்பு. அந்தப் படம் வயது வந்தவர்களுக்கான முத்திரையுடன் வந்த படம். அதில்தான் தமிழின் முதல் ஸ்லீவ்லெஸ் ஜாக்கெட் அறிமுகமானது. அதுவரை தமிழ்ப்படத்தில் உடலை ஒட்டி ஒரு சீத்ரு துணியில் ஸ்லீவ்லெஸ் போல அணிந்து நடிப்பார்கள், படகோட்டி சரோஜாதேவியைப் பார்த்தால் தெரியும். (எம்.எஸ்.சுப்புலட்சுமி கூட அவர் காலத்தில் சட்டை அணியாமலே நடித்திருப்பார், அது வேறு) ஜெயலலிதா முதிர்ந்த குழந்தை போல டாக்டரைக் கலாட்டா செய்து பாடும் “நீ என்பது என்ன” பாடலுக்கு அவர் ஆடியிருந்த டான்ஸும், அந்தக் காட்சிகளில் அவரது மழலைப்பேச்சும் எங்களையெல்லாம் வாயடைக்க வைத்தது. எங்கள் 16 வயதில். எங்களின் சமவயது அல்லது ஒரு வயது அதிகமான ஜெயலலிதா அந்த 1965 மார்ச்சிலிருந்து எங்கள் கனவுக்கன்னியானதில் வியப்பில்லை. வெண்ணிற ஆடைக்கு அடுத்து வந்த ஆயிரத்தில் ஒருவன் படத்தில் எம்.ஜி.ஆருடன் எந்தத் தயக்கமும் இல்லாமல் நடித்தார். சரோஜாதேவி எம்.ஜி.ஆர் ஜோடிப் பொருத்தத்திலிருந்து தடம் மாறி, இன்றைய பாஷையில் சொன்னால், எம்.ஜி.ஆர் ஜெயலலிதா கெமிஸ்ட்ரி மிக இயல்பாக உருவானது. அந்த நேரத்தில், சரோஜா தேவி, சாவித்ரி, தேவிகா, சகாப்தத்தின் திரை நிறைந்த உடல் அளவுகளிலிருந்து ரசிகர்களுக்கு விடுதலை அளித்தவர் கே.ஆர்.விஜயா. அவர் மூன்று நான்கு படங்களே நடித்திருந்த நிலையில் ஜெயலலிதாவின் வரவு நிகழ்ந்தது. கற்பகம் கே.எஸ் கோபால கிருஷ்ணனுக்கே உரிய சற்று அலுப்பான இயக்கத்தின் பாதிப்பிலிருந்து அவர் வெளியே வராத நிலை. அவருக்கு நடனமும் வராது. இயற்கையாகவே அழகான ஜெயலலிதா தன் நடிப்பில் வேறுபாடுகள் காட்டினார். வைஜயந்தி மாலாவுக்குப் பிறகு தமிழ் சினிமா இன்னொரு அழகான நடிகையைக் கண்டது. ரசிகர்கள் பெருகினார்கள். (என் கடிதத்திற்கான பதிலாக அவரிடமிருந்து, கையெழுத்திட்ட புகைப்படமும் கடிதமும், 1966 மே 27 அன்று சந்திரோதயம் வெளியான அன்று வந்தது)

அவர் ஏற்கெனவே 1961 வாக்கில் நடித்து 1966 வாக்கில் வெளிவந்த Epistle ஆங்கிலப்படத்தில் அவரது நடிப்பை வெகுவாக

சிலாகித்து ஹிண்டு வில் விமர்சனம் வந்ததாக நினைவு. 1966 பொங்கலுக்கு வந்த அன்பே வா நல்ல படமாக ஓடிய போதும் எங்க வீட்டுப் பிள்ளை அளவுக்கு ஓடவில்லை. அப்போது எம்.ஜி.ஆர் ரசிகர்கள் பேசிக் கொண்டது, இதில் சரோஜா தேவிக்குப் பதிலாக ஜெயலலிதா நடித்திருந்தால் வெள்ளி விழா தான், தலைவர் கெடுத்துட்டாரே என்று பேசிக் கொண்டார்கள். அடுத்து வந்த முகராசி அந்தக் கவலையைப் போக்கிற்று. அதில் ஷார்ட்ஸ் போட்டுக் கொண்டு சிலம்பம் கற்கும் காட்சியை யாரும் மறக்க முடியது, அதற்கேற்ற உடல் வாகு கொண்ட அற்புத நடிகை அன்று அவர்தான். நாட்டியப் பேரொளி பத்மினிக்குப் பிறகு நன்றாக நடனம் ஆடத்தெரிந்தவரும் அவர்தான். அவருக்கு அதிகப்படங்களில் நடனம் அமைத்தது தங்கப்பன் மாஸ்டர். அது அவருக்கு ஒரு அதிர்ஷ்டம் என்றே சொல்ல வேண்டும். தங்கப்பன் செவ்வியல், நவீன நடனத்தின் சரியான கலவை. அதற்காக அவரது 'அன்னை வேளாங்கன்னி' படத்தில் இலவசமாக நடித்துக் கொடுத்தார். எனக்கு நேரடியாகத் தெரிந்தே புதிய பூமி படத்தின் "நெத்தியிலே பொட்டு வைச்சேன், நெஞ்சை அதில் தொட்டு வைச்சேன்" ஒரு பாடலுக்கு ஒரு வாரம் படப்பிடிப்பு நடத்தினார்கள். அது எடிட் ஆகி முடிந்ததும், "மாஸ்டர் கால் முட்டியை ஒடைச்சிட்டீங்க மாஸ்டர், என்ன கோபமோ," என்றாராம் சிரித்துக் கொண்டே. ஆனாலும் படத்தில் அந்த சிரமம் தெரியாமல் ஆடியிருப்பார். சின்னப் பாத்திரமே செய்திருந்தாலும் ' மேஜர் சந்திரகாந்த்' படத்தில் தன் அற்புதமான நடிப்பை வெளிப்படுத்தியிருந்தார். சுந்தரராஜன், நாகேஷ் போட்டி போட்டுக் கொண்டு நடித்த படம் அது. அதில் ஜெயலலிதா அவர்களை விட தன் இயல்பான நடிப்பை வெளிப்படுத்தி அவர்களையே ஓரங்கட்டியிருப்பார்... அதன் பிறகு அவர் பாலசந்தர் படத்தில் நடிக்கவில்லை.

அவர் இல்லையென்றால் 'பாட்டும் பரதமும்' போல ஒரு படத்தை பத்மினிக்குப் பிறகு, தமிழில் எடுத்திருக்கவே சாத்தியமில்லை. அதில் சிவாஜி நடனம் என்பது கதாநாயகன் நடனம் அதைக் கணக்கிலெடுக்க முடியாது. கோபி கிருஷ்ணாவுடன் ஜெயலலிதா நடனம் ஒரு கிளாஸ். எம்.ஜி.ஆர் படங்களில், அவர் தன் முழுத்திறமையும் காண்பிக்க வாய்ப்புத் தரப்படவில்லை என்று கூறப்பட்டது. கண்ணன் என் காதலன் படத்தில் அவர் வெளிப்படுத்தியிருந்த நடிப்பு அபாரமானது. குமுதம் அதன் விமர்சனத்தில் வழக்கமாக இந்தப் படங்களில் எம்.ஜி.ஆர் மட்டும்தான் இருப்பார். ஆனால் இதில் கதையும் இருக்கிறது

என்று சொல்லிவிட்டு ஜெயலலிதா நடிப்பையும் சிலாகித்து இருந்தது. கிலோனா இந்திப் படத்தின் தழுவலான 'எங்கிருந்தோ வந்தாள்' படத்தில், முதல்ப் பகுதியில் சிவாஜி கணேசனின் 'ஓவர் ஆக்டிங்கை' இயல்பான நடிப்பால் வென்றிருப்பார். பிற்பகுதியில் சிவாஜி ரொம்ப அடக்கி வாசிப்பார். படம் முழுதும் ஜெயலலிதா நன்றாகவே நடிப்பார். ஒரே ஆண்டு (1970) பொங்கலுக்கு வெளிவந்த மாட்டுக்காரவேலன் எங்க மாமா இரண்டு படங்களிலும் எங்க மாமா படத்தில் அவருக்கு நடிப்பதற்கு நிறைய வாய்ப்பு இருந்தது. ஆனால் மாட்டுக்கார வேலன் வெள்ளி விழா ஓடியது. ஜெயலலிதா அதில் அவ்வளவு அழகாக இருப்பார். சிறிய பெரிய தயாரிப்பாளர்கள் என்று பாராமல், எல்லா வாய்ப்புகளையும் நன்கு பயன்படுத்திக் கொண்டார். தங்க கோபுரம், முத்துச் சிப்பி படங்கள் இரண்டுமே அவரை மையமாக வைத்துச் சுழலும் படம் அதற்கு முழு நியாயம் செய்திருப்பார். அவை எல்லாமே லோ பட்ஜெட் படங்கள்.

சுமதி என் சுந்தரி அவரது வாழ்க்கை சம்பந்தப்பட்ட கதை என்று கூடச் சொல்லலாம், ஏனெனில் அவரது அபிலாஷைகளுக்கு எதிராகவே அவர் சினிமாத் துறைக்கு வந்தார். ஒரு பொற்கூண்டு வாழ்க்கையிலிருந்து விடுபடத் துடிக்கும் ஒரு நடிகையின் கதையில் பிரமாதமாக நடித்திருந்தார். அந்தப் பாத்திரத்திற்குப் பொருத்தமான அன்றையப் பிரபல நடிகை அவர். அதில் நடிக்க மறுத்திருக்கலாம். முன்பே பாமா விஜயம் படத்தில் அவர் நடிப்பதாக இருந்து தவிர்த்து விட்டதாகக் கிசுகிசுக்கள் உலவின. சுமதி சுந்தரி படத்தில் முழுக்க முழுக்க சேலை அணிந்தே நடிப்பார். எந்த உடையும் பொருந்தும் உடல்வாகும் அவருக்கு இருந்த்து அவன் தான் மனிதன் படத்திலும் வித்தியாசமான பாத்திரத்தில் நன்றாக நடித்திருந்தார். குமரிக் கோட்டம் படத்தில் அவரது இரட்டை வேட நடிப்பை யாரும் எதிர்பார்க்கவில்லை, அதற்காகவே அது எதிர்பாராத விதமாக நன்றாக ஓடியது. அவர் காலத்து இளைய நடிகர்களான ஜெய் சங்கர், ரவிச் சந்திரனோடு நடித்த காதல்காட்சிகளைப் பெண்களும் விரும்பி ரசித்தனர்

சோ வின் நாடகமான யாருக்கும் வெட்கமில்லை படத்தில் ஜெயலலிதா நடித்தார். மிக வித்தியாசமான ரோல். அதில் நடித்ததின் மூலம் சோவுடனான உறவு பலப்பட்டது. ஏற்கெனவே அடிமைப் பெண் படத்தில் விதைகள் தூவப்பட்டனவாம். அதே நேரத்தில் துக்ளக்கில் 'ஜெயலலிதா' என்ற பெயரில் கட்டுரைகள் வந்தன. அது யார் என்று கண்டு பிடியுங்கள் என்று

வாசகர்களுக்குப் போட்டி அறிவித்தார் சோ. கடைசியில் அது உண்மையிலேயே ஜெயலலிதாவேதான் என்று உண்மையைப் போட்டு உடைத்தார் சோ. ஜெயலலிதாவின் வாசிப்பு ஆளுமையை உணர்த்திய கட்டுரைகள் அவை. அதன் மூலமே தன் அரசியல் வாழ்க்கைக்கும் ஒரு ஆரம்பத்தை ஏற்படுத்திக் கொண்டார் என்பது தமிழ் அரசியல் வரலாறு.

வந்தாளே மகராசி, பாக்தாத் பேரழகி படங்களில் சண்டைக் காட்சிகளில்க் கூட, தான் சளைத்தவரில்லை என்று நிரூபித்தார். அவரது 100வது படமான திருமாங்கல்யம், வின்செண்ட் இயக்கிய படம். பிரமாதமாக எதிர்பார்த்த படம். ஏமாற்றம்தான் மிஞ் சியது. ரொம்ப பலகீனமான கதையமைப்பு. அதுவெல்லாம் அவர் வாழ்க்கைக் காரணங்களுக்காக நடித்த படம் எனலாம். வைரம் படம் கூட அப்படித்தான். அவருடைய உயரிய ஆற்றல் வெளிப்பட்ட படம் சூரியகாந்தி. அபிமான் இந்திப் படத்தின் தழுவல் என்ற போதும் தமிழுக்கு ஏற்ப மாற்றியிருந்தார் முக்தா சீனிவாசன். கணவனுக்கு மனைவியிடம் ஏற்படும் தாழ்வு மனப்பான்மை குறித்த படம். ஜெயலலிதா சொந்தக் குரலில் பாடிய பாடல்களும், கண்ணதாசன் வாயசைக்கும் கண்ணதாசன் பாடலும் சிறப்பித்த படம். இதன் நூறாவது நாள் விழா தந்தை பெரியார் தலைமையில் நடந்தது. கிட்டத்தட்ட அவரது பத்தாண்டு காலத் திரையுலக வாழ்க்கையில் எந்தப் பாத்திரமானாலும், தமிழ்த்திரையுலகையே ஒரு சூரியகாந்தியாகத் தன்னை நோக்கித் திரும்ப வைத்தவர் ஜெயலலிதா என்றால் மிகையில்லை. “உன்னைச் சுற்றும் உலகம்” என்பது தான் அவரது கடைசிப்படம் ஆனால் அவரைச் சுற்றிய உலகம் இன்று பிரம்மாண்டமானது. அதில் திரையுலகமும் விதிவிலக்கில்லை.

6

"பொன்னின் நிறம், பிள்ளை மனம், வள்ளல் குணம்...."

1953இல் எம்.ஜி.ஆர். தி.மு.க.வில் சேர்ந்தார். சேர்ந்ததிலிருந்தே அண்ணா மீதும், கழகத்தின் மீதும் தீவிரமான பற்றுதலோடு இயங்குகிறார். ராஜகுமாரி படத்தில் கதநாயகனாக நடித்து அது வெற்றி பெற்று கதாநாயக அந்தஸ்து பெற்ற பின்னும் அபிமன்யு, ரத்னகுமார், ராஜமுக்தி, பைத்தியக்காரன் போன்ற சில படங்களில் சிறிய வேடங்களில் நடித்தார். அவருக்கு திரை வாழ்க்கையில் பெரிய திறப்பை உண்டு பண்ணிய படம் 'மருத நாட்டு இளவரசி' (*2.04.1950*). பிரமாதமான இரட்டை வாள் சண்டை, கலைஞரின் அற்புதமான திராவிட இயக்கக் கொள்கை நிரம்பிய வசனம், என பல அம்சங்களிலும் எம்ஜி.ஆரை தி.மு.க நோக்கி நகர்த்தியதில் பெரும்பங்கு கொண்டிருந்திருக்கும். அந்தக் கால கட்டத்தில் பாடல்களை விட வசனத்திற்கே படத்தில் முக்கியத்துவம் தரப்பட்டது. *1950* வரையிலும் சினிமாவில் நல்ல மெல்லிசை எட்டிப் பார்க்கவில்லை. பாபனாசம் சிவன் போன்றோருடைய சாஸ்த்ரீய சங்கீதத்தின் ஆட்சி முடியவில்லை. எம்.எம்.மரியப்பா போன்ற பின்னணிப் பாடகர்களே இந்த ஆரம்ப காலங்களில் எம்.ஜி.ஆருக்கு பாடினார்கள். மருதநாட்டு இளவரசியைத்

தொடர்ந்து வந்த மந்திரிகுமாரியில் எம்.ஜி.ஆருக்கு பாடலுக்கு வாயசைக்கும் வாய்ப்பு கூட இல்லை. கலைஞரின் வசனமே அவர் வாயில் முழங்கியது. அந்தப் படத்தில் வில்லனே கதாநாயகன். கதாநாயகியே அவனது காதலி. மந்திரி குமாரி படத்தில்தான் டி.எம்.சௌந்தரராஜன் பின்னணி பாடகராக அறிமுகமாகிறார் (அல்லது அவருக்கு அது இரண்டாவது படம்).

1953இல் தூக்குத்தூக்கி படத்திற்குப் பின் டி.எம்.எஸ் பிரபலமாகியதும், எம்.ஜி.ஆர் அவரை தனக்குப் பாட வைக்கிறார். படம் மலைக்கள்ளன். பாடலும் அதுவரை இல்லாத வீச்சைக் கொண்டிருந்தது. அதன் பல்லவியை தஞ்சை ராமையாதாஸ் எழுதி விட்டு, சரணங்களை எழுதாமல் ஏதோ கோபித்துக் கொண்டு போனதாகச் சொல்வார்கள். மீதமுள்ள சரணங்களை எழுதியவர் திராவிடர் கழகத்தைச் சேர்ந்த கவிஞர் கோவை அய்யாமுத்து. அந்தப் பாடல்தான் “எத்தனைக் காலம்தான் ஏமாற்றுவார் இந்த நாட்டிலே’. எம்.ஜி.ஆரின் அரசியல் சார்புகளைச் சொல்லுகிற முதல்ப் பாடல். அவர் ஏற்ற பாத்திரமும், பணக்காரர்களிடம் திருடி ஏழைகளுக்கு கொடுக்கிற ‘ராபின் ஹூட்’ பாத்திரம். ராபின் ஹூட், ஜோரோ, (Zoro) வகையான பாத்திரங்களைத் தேடி நடிப்பார் அவர். மர்மயோகி, பாக்தாத் திருடன், என நிறையச் சொல்லலாம். தன் அபாரமான சண்டைக் காட்சிகளின் மூலமாக, ஏழைகளை ஆபத்தில் காப்பாற்றக் கூடிய நல்ல மீட்பராகத் தோன்றினார். இயக்குநர் ஏ.எஸ்.ஏ சாமியின் வருகை தமிழ் சினிமாவில் முக்கியமான ஒன்று. பல ஆங்கில நாவல்கள், நாடகங்கள் சினிமாக்களின் தழுவலில் திரைக்கதை அமைத்தார். அவர் திரைக்கதை அமைப்பதில் கெட்டிக்காரர்.

மலைக்கள்ளன் படத்தின் இந்தப் பாடல் பெற்ற வெற்றியிலிருந்து தான் அரசியல் விமர்சன, திராவிட இயக்க, பொது உடமைக் கொள்கை விளக்கங்களைப் பாடல்களில் வைக்க ஆரம்பித்தார். திராவிட இயக்க அரசியலின் பொருளாதாரக் கோட்பாடு என்பது பெரும்பாலும், கம்யூனிச சோசலிச சித்தாந்தங்கள் அடிப்படையில் உண்டானதுதான். எத்தனை காலம்தான் ஏமாற்றுவார் பாடலின் வரிகளே இதைச் சொல்லும்

<https://www.youtube.com/watch?v=iw3zAZn_iss>

தவிரவும் இந்தப் பாடலை மக்கள் சாதராணக் கிண்டல்களுக்கும் கூட, சக நண்பர்களை மனிதர்களைக் கிண்டல் பண்ணுவதில்க் கூட பயன் படுத்தி, இது ஒரு ‘வீட்டு உபயோகப் பொருள்’ போல (house hold article) ஆனது.

இந்தப்பாடலின் அடியொற்றியே அவரது தனிப் பாடல்கள் பலவும் அமைந்திருக்கும். இந்தப் பாடலின் காட்சி அமைப்பையும் கவனிக்க வேண்டும். கதைப்படி, மறைவிடத்தில் இயங்கிக் கொண்டிருக்கிற தன் கனவுப் பாசறையிலிருந்து, குதிரையில் அமர வைத்து வீட்டுக்கு அழைத்து வரப்படும், பெரிய இடத்துப் பெண்ணான கதாநாயகிக்கு தன் (கட்சியின்) லட்சியங்களை, கனவுகளை விளக்குவதாக அமைந்திருக்கும். இது அவருக்கும் அவரது கட்சிக்கும் ஏழை எளியவர்களிடம் (Mass) பெரிய மரியாதையைப் பெற்றுத் தந்தது. மரியாதை என்பதை விட ஆதரவு என்பது இன்னும் பொருந்தும். இதன் மூலம் ஆளும், மேல்த்தட்டு வர்க்கத்திற்கு எதிரான ஒரு செய்தியைத் தெரிவிப்பதாகக் கொள்ளலாம். தனது பாடல்கள் மூலம் பணக்காரர்கள் ஒரு நாள் ஏழையுடன் கை குலுக்க நேரிடும், அப்போது சமத்துவம் நிலவும் என்ற நம்பிக்கையை உண்டாக்கினார்.

அண்ணாவும் கலைஞரும், ஆசைத்தம்பி, போன்றோரும் வசனங்கள் மூலம் கொள்கைகளைப் பரப்பினாலும், அவை பாடல்கள் மூலம் பாமரர்களைச் சென்றடைந்ததுதான் முக்கியம். இங்கே பாரதியின் தேசிய உணர்ச்சிப் பாடல்கள் ஏற்படுத்திய பாதிப்பையும் முன்னோடியாகக் கணக்கெடுக்க வேண்டும். தவிரவும் சிவாஜியின் ஏற்ற இறக்கம் நிறைந்த வசன உச்சரிப்புப் போல, (modulation) வேறு யாராலும் பேச முடியவில்லை. எம்.ஜி.ஆரால் முடியவே இல்லை. அதனாலும் அவர் பாடல்களில் கவனம் செலுத்தினார். மேலும் பாடல்களை வானொலியில், ஒலிபெருக்கியில் அடிக்கடிக் கேட்க முடியும். வசனங்களைப் படத்தில் மட்டுமே கேட்க முடியும். பல படங்களில், அல்லி ராணியான, அகங்காரமான பெண்ணை நோக்கிப் பாடுவதாகவும் பாடல்கள் அமையும். குமரிக் கோட்டம் படத்தின், "என்னம்மா ராணி பொன்னான மேனி ஆலவட்டம் போட வந்ததோ, ஏறி வந்த ஏணி தேவையில்லையென்று ஏழை பக்கம் சாடுகின்றதோ" ஒரு உதாரணம்.

ஆணாதிக்கக் கருத்தாக நாம் ஏற்றுக் கொள்ள முடியாத பெண்களைக் கிண்டல் செய்யும், அடங்கி நடக்கச் சொல்லும் பல பாடல்களைப் பல படங்களில் பார்த்தாலும் எம்.ஜி.ஆரின் படங்களிலும் அவை உண்டு. அவரைப் பின் பற்றி நடிக்கும் இரண்டாம் நிலைக் கதாநாயகர்களும், ஏன் சிவாஜியே இதைச் செய்தார். எம்.ஜி.ஆர் தாயைக் கொண்டாடுவார், காதலியைக் கேலி செய்வார். ஆனால், சமயோசிதமாக காதல் அரும்பும் முன் காதலியைக் கேலி செய்வார். காதல் ஜெயித்த பின்

அவளையே கொண்டாடுவார். பாரப்பா பழனியப்பா பட்டணமாம் பட்டணமாம், (பெரிய இடத்துப் பெண்) மற்றும் பொம்பளை சிரிச்சாப் போச்சு (சங்கே முழங்கு). பொண்ணாப் பொறந்தா ஆம்பிளைகிட்டே கழுத்தை நீட்டிக்கணும் (உரிமைக்குரல்) இப்படித்தான் இருக்க வேண்டும் பொம்பளை (விவசாயி) ஆனால் இதையெல்லாம் அனைத்து ஆண்கள் மட்டுமல்ல 99 சதவிகிதப் பெண்களும் "ரைட்டுதானே, அவரு சொல்லறது," என்று ரசித்தார்கள்.

இதன் ஆரம்பம் குலேபகாவலி(1955)யில் வரும் அநியாயம் இந்த ஆட்சியிலே இது அநியாயம், இங்கு ஆண்களைப் பெண்கள் அடிமையாக்குவது அநியாயம், பாடல். (இதை அம்மாவின் சீடர்கள் எப்படிப் பார்ப்பார்கள் தெரியவில்லை) இந்தப் பாடலில் வரும் "பொருத்தமே இல்லாத புதுப் புது முறைகளைப் புகுத்துவதெல்லாம் நியாமில்லை" என்று சுவரில் எழுதப் பட்டிருக்கும் கோணல் எழுத்துகளைக் காண்பிப்பார், அது இந்தி எதிர்ப்பின் ஒரு அங்கம், அல்லது அங்கதம்.

இதுவும் தஞ்சை ராமையாதாஸின் பாடல். எம்.ஜிஆருக்குக் கிடைத்த பாடலாசிரியர்கள் அருமையானவர்கள். முதன்மை யானவர்களாக பட்டுக்கோட்டை கல்யாண சுந்தரத்தையும், மருத காசியையும் சொல்லலாம்.

தாய்க்குப் பின் தாரம் படத்தில் மருதகாசி எழுதிய பாடல்,

"மனுசனை மனுசன் சாப்பிடுறாண்டா அருமைத்தம்பி இது மாறுவதெப்போ தீருவதெப்போ ஏழைத்தம்பி" இது அண்ணாவைக் குறிக்கிறது என்று காங்கிரஸ் ஆட்சி கருதியதால், தணிக்கை செய்யப்பட்டு படத்தில் 'அருமைத் தம்பி' எல்லாமே 'தம்பிப் பயலே' என்று மாறிவிடும். படத்தின் அறிமுகக் காட்சியில் இப்படிப் பாடல்களை வைக்கும் ஃபார்முலா இதில்தான் ஆரம்பமாகிறது. திரையில் முதலில் இதைப் பார்த்ததும், கஷ்டப்பட்டு அடித்துப் பிடித்து டிக்கெட் எடுத்து அரங்கில் நுழைந்த ரசிகனின் பாடெல்லாம் ஒரு நொடியில் மறைந்து உற்சாகம் கொப்பளிக்க அரங்கம் விசில், கைதட்டலில் அலறும்.

மன்னாதி மன்னன் படத்தில் 'அச்சம் என்பது மடமையடா' என்று தொகையறாவில் ஆரம்பித்து, ராகத்துக்குள் நுழையும்போதும் இப்படித்தான் திரை அரங்கம் அதிரும்.பாரதியின் அச்சமில்லை அச்சமில்லை பாடலை ஏ.ஆர்ரகுமான் மெட்டமைத்ததிற்கும் இதற்கும் உள்ள வேறுபாட்டைக் கவனிக்க வேண்டும். இங்கே

கண்ணதாசன் பாரதியைப் பின்னுக்குத் தள்ளி விடுகிறார் என்றே கூறலாம். இசையோ தாளமோ இல்லாமல் "ஆயிரம் கைகள் மறைத்து நின்றாலும் ஆதவன் மறைவதில்லை ஆணைகள் இட்டே யார் தடுத்தாலும் அலை கடல் ஓய்வதில்லை......" என்று ஆரம்பிக்கிற பாடலுக்கு தாளமும் இசையும், ரசிகனின் கைதட்டலும் விசிலும்தான். அதே வேளையில் இப்படிப் பாடல்களை இன்னொரு கதநாயகன் பாடினால் அது பெரிய கிளர்ச்சியை உண்டு பண்ணவில்லை. தேவரின் இரண்டாவது படமான நீலமலைத் திருடன் படத்தில் எம்.ஜி.ஆர் நடிக்கவில்லை. அதில் ரஞ்சன் கதாநாயகன். அவரும் "சத்தியமே லட்சியமாய்க் கொள்ளடா..." என்று வெள்ளைக் குதிரையில் பாடிக் கொண்டே பறந்து வருவார். ஆனால் எம்.ஜி.ஆருடைய காந்தப் புன்னகையும், நம்பிக்கையை விதைக்கக் கூடிய உடல் மொழியும் இருக்காது. ஆடி வா ஆடி வா பாடலை எழுதியவர் நெ.மா. முத்துக்கூத்தன். அவர் எம்.ஜி.ஆர் நாடகமன்றத்திலிருந்தே பாடல் எழுதியவர். நடிகர், உதவி இயக்குநர் என்று பலகலை வித்தகர். அவரை புதிய பூமி வரை பயன்படுத்திக் கொண்டார். அவர் எழுதிய பாடல்தான்,: நாடோடி மன்னன் படத்தில் டைட்டில் சாங்காக வரும் "செந்தமிழே வணக்கம், ஆதி திராவிடர் வாழ்வினை சீரோடு விளக்கும் செந்தமிழே வணக்கம்......." பாடல். இது எம்.ஜி.ஆர் நாடகங்கள் ஆரம்பிக்கும் முன் பாடப்படும் பாடல். அதையே சினிமாவுக்காகப் பயன்படுத்தி தான், தமிழ்நாட்டுக்கு உரியவன் என்று நிறுவிக் கொண்டார். முத்துக்கூத்தன், சுரதா எல்லோருமே பாரதிதாசன் பாட்டுப் பரம்பரையில் வந்தவர்கள்தான்.

அவரது நாடகக் குழுவில் பாடல் எழுதியவர்களையும் அவர் தக்க விதத்தில் பயன்படுத்திக் கொள்வார்.அதற்கு முத்துக் கூத்தன் ஒரு உதாரணம். அவரது நாடகங்களுக்குப் பாடல் எழுதிய இன்னொரு கவிஞர், சி.ஏ. இலக்குமண தாஸ். இவர் பல படங்களுக்கும் எழுதியவர். தனது நாடோடி மன்னன் படத்தில் அவரை ஒரு பாடல் எழுதச் சொல்லி கருத்தையும் சொன்னாராம் எம்.ஜி.ஆர். அவர் எழுதியது எதுவும் திருப்தியில்லாமல் மறுபடி மறுபடி மாற்றும்படிச் சொன்னதும், ஐயா என்னை விட்ருங்க என்றாராம் இலக்குமணதாஸ். அதெல்லாம் முடியாது நீங்கதான் எழுதறீங்க என்று சொல்லி அவர், கடைசி முயற்சியாக ஒன்றை எழுதிக் கொண்டு வந்தாராம், அதை படத்தயாரிப்பு சார்ந்த அனைவரும் பாராட்டினார்களாம். இலக்குமணதாஸுக்கு அளவு கடந்த மகிழ்ச்சி. அந்தப் பாடல்: "உழைப்பதிலா உழைப்பைப் பெறுவதிலா இன்பம் உண்டாவதெங்கே சொல் என் தோழா...."

<https://www.youtube.com/watch?v=om8AncusULw>

இன்றைக்கும் இடதுசாரித் தோழர்கள் பலரின் அலைபேசி அழைப்புக் குரலாக இதுவே உள்ளது. கிட்டத்தட்ட இதே ராகத்தில் அமைந்ததுதான் அறிவுக்கு விருந்தாகும் திருக்குறளே பாடலும் என்று நினைக்கிறேன். ஆனால் இரண்டும் ஏற்படுத்தும் எனர்ஜி என்பது வேறு.

நாடோடிமன்னனில் பட்டுக்கோட்டை எழுதிய "தூங்காதே தம்பி தூங்காதே." 1958இல் அப்படி ஒரு கலக்கு கலக்கியது. 1959 சென்னை மாநகராட்சி தேர்தலின் போது மூலைக்கு மூலை இந்தப் பாடல் முழங்கியதாகச் சொல்வார்கள். அந்த ஆண்டு கலைஞரின் கடுமையான உழைப்பால் மநகராட்சி தி.மு.க வசமானது. அதற்கு இந்தப் பாடலின் பங்களிப்பும் சாதாரணமல்ல. "உன் போல் குறட்டை விட்டோரெல்லாம் கோட்டை விட்டார்...", "இன்னும் பொறுப்புள்ள மனிதரின் தூக்கத்தினால் பல பொன்னான வேலையெல்லாம் போன்ற வரிகள் எல்லாம் அப்போதைய காங்கிரஸ் அரசைக் கேலி செய்தன. நாடோடி மன்னன் வசனம் கண்ணதாசன். அதற்கு அடுத்து கண்ணதாசன் எழுதிய தாய் மகளுக்கு கட்டிய தாலி படப் பாடலான "ஒன்றல்ல இரண்டல்ல தம்பி சொல்ல ஒப்புமை இல்லாத அற்புதம் தமிழ்நாட்டில் ஒன்றல்ல இரண்டல்ல தம்பி." உள்ளிட்ட "தம்பீ" பாடல்கள் எல்லாம் அண்ணாவை முன்னிறுத்தி, அண்ணா தம்பி உறவை தமிழ் மக்கள் மனதில் பதியவைத்ததில் இப்பாடல்களுக்குப் பெரிய பங்கு உண்டு எனலாம். அவரது படங்களில் வரும் தம்பி, தங்கை பாத்திரங்கள், நகைச்சுவைப் பத்திரங்கள் நீங்கலாக, மூத்தவரை அண்ணா என்றே அழைக்கும். அண்ணன், அண்ணே, அண்ணேன், என்றெல்லாம் அழைப்பது மிகவும் குறைவு. அண்ணாவைக் கொண்டாடுவதன் மூலம் தி.மு.க.வைக் கொண்டாடினார், அதன் மூலம் தனக்கும் ஆதரவைப் பெருக்கிக் கொண்டார் எம்.ஜி.ஆர்.

1960களிலிருந்து கண்ணதாசன் கொடியே உயரப் பறந்தது. பட்டுக் கோட்டை எழுதிய பழைய பாடல்கள் அவர் இறந்த பின் வெளி வந்து வெற்றி பெற்ற சில படங்களில் ஒலித்து அவரது வெற்றிடத்தை உணர்த்தியது. குறிப்பாக "சின்னப் பயலே சின்னப் பயலே சேதி கேளடா....." "ஏத்தமுன்னா ஏத்தம் இதிலே இருக்குது முன்னேத்தம்" ஆகிய அரசிளங்குமரி படப்பாடல்கள். என்னருகே அமர்ந்து இதைக் கேட்டுக் கொண்டிருந்த தரை டிக்கெட் ரசிகர் ஒருவர், என்னமா எழுதிட்டுப் போய்ட்டான்யா, என்ன கண்ணதாசன், என்று அங்கலாய்த்துக் கொண்டிருந்தார்.

உண்மையிலேயே வாத்தியாருக்கு இது ஒரு அடிதான் என்றார். அதே போல திருடாதே பாப்பா திருடாதே பாடல். இதில் வருகிற "திட்டம் போட்டு திருடுற கூட்டம் திருடிக் கொண்டே இருக்குது அதைச் சட்டம் போட்டு தடுக்கிற கூட்டம் தடுத்துக் கொண்டே இருக்குது..." என்ற வரிகளைக் கேட்டு தியேட்டரில் விசில் பறக்கும். அது காங்கிரஸ் ஆட்சியைக் குறிப்பதாக. இதிலே வேடிக்கை என்னவென்றால். இந்தப் படம் எம்.ஜி.ஆர். கட்சியை விட்டு வெள்ளியேற்றப்பட்ட போது மறு முறை திரையிடப்படுகையில் மக்கள் அது தி.மு.க ஆட்சியைக் குறிப்பதாக நினைத்தார்கள்.

பட்டுகோட்டை பத்திரிகையில் (ஜனசக்தி) எழுதிய பாடலான, சும்மா கிடந்த நிலத்தைக் கொத்தி கவிதையை நாடோடி மன்னன், சில மாற்றங்களுடன் படத்தில் பயன் படுத்திக் கொண்டார். அதில் வருகிற கடைசி வரிகளில் "நானே போடப் போறேன் சட்டம் பொதுவில் நன்மை புரிந்திடும் திட்டம் நாடு நலம் பெறும் திட்டம்" என்கிற வரிகளின் நீட்சிதான் எங்க வீட்டுப் பிள்ளையின் நான் ஆணையிட்டால் பாடல். நாடோடி மன்னன் படத்தில் சட்டம் அரங்கேறும் காட்சி ஒரு விறுவிறுப்பான சண்டைக்காட்சிக்கு ஒப்பாக நகரும். அதை தி.மு.க வின் தேர்தல் அறிக்கையாகவே அந்தக் காலத்தில் கொண்டாடினார்கள். 1977 தேர்தல் சமயத்தில், இந்தச் சட்டமியற்றும் காட்சி ஒலிச்சித்திரமாக இசைத்தட்டுகள் மூலம் ஒலிபரப்பப்பட்டது. மகாதேவி, சக்கரவர்த்தி திருமகள் படங்களிலும் பட்டுக் கோட்டையின் பாடல்கள் எம்.ஜி.ஆரின் பிம்பத்தை நன்றாகக் கட்டமைத்தன. "உப்புக் கல்லை வைரமென்று சொன்னால் நம்பி ஒப்புக் கொள்ளும் மூடருக்கு முன்னால் நாம் உளறியென்ன கதறியென்ன ஒன்றுமே நடக்கவில்லை தோழா ரொம்ப நாளா..." என்று வருகிற சக்கரவர்த்தி திருமகள் பாடல் நமது கையாலாகாத் தனத்தை இன்றும் கிண்டல் செய்யக் கூடிய பாடல். அப்படி சாகாவரம் பெற்ற பாடல்களால் மக்களின் மனதிலும் சரித்திரத்திலும் இடம் பிடித்தவர். மக்களுக்கு நல்ல விஷயங்களை அறிவுறுத்துவது, நீதி புகட்டுவது என்பது தமிழ் பண்பாட்டின் செவ்விலக்கியத்தின் ஒரு கூறுதான்.

கண்மூடிப் பழக்கங்கள் மண் மூடிப் போகட்டுமெனும் சமுதாயக் கருத்துக்களை திரையில் கொண்டு வந்தவர் கலைவாணர். அதில் அவருக்கு உதவியாய் இருந்தவர் உடுமலை நாராயண கவி. பல திரைப்படப் பாடலாசிரியர்களின் ஆசான். திராவிட இயக்கச் சார்புடையவர். அவரையும் பயன்படுத்திக் கொண்டு, கலைவாணரது பணியினைத் தொடர்ந்தவர் எம்.ஜி.ஆர்.

கலைவாணரையும் எம்.ஜி.ஆரையும் தமிழ் உலகம் வள்ளல்களாகக் கொண்டாடியது. சக்கரவர்த்தி திருமகள் படத்தில் கலைவாணரும் எம்.ஜி.ஆரும் பாடுகின்ற போட்டிப் பாடல் அபாரமானது. பட்டுக்கோட்டையின் அற்புதமான பாடல். பட்டுக் கோட்டையின் பாடல் வரிகள் நீளமானவை. அவையெல்லாம் பாட்டுக்கு மெட்டு அமைத்தவை.

கண்ணதான் காலத்தில் மெட்டுக்கு பாட்டு அதிகமானது.

"பேசுவது கிளியா
பெண்ணரசி மொழியா..."
பாடுவது கவியா
பாரி வள்ளல் மகனா"

என்று சின்னச் சின்ன வரிகளை மெட்டுக்காக எழுதுகிற காலம் பின்னால் வந்தது. வாலியின் வரவுக்குப் பின், குறிப்பாக நான் ஆணையிட்டால் அது நடந்து விட்டால் பாடலுக்குப் பின் எம்.ஜி.ஆர், தன்னை முன்னிறுத்திக் கொள்கிற யோசனையைப் பெறுகிறார் என்று சொல்லுவேன். இதே அர்த்தம் தொனிக்கிற "நானே போடப்போறேன் சட்டம் பொதுவில் நன்மை புரிந்திடும் திட்டம் நாடு நலம் பெறும் திட்டம் என்ற பட்டுக் கோட்டையின் பாடல் இயங்கிய சமூகத்தளத்திற்கும் வாலியின் தன் முனைப்பான வரிகளுக்கும் எவ்வளவோ தூரம். நாடாளும் வண்ண மயில் காவியத்தில் நான் தலைவன், நாட்டிலுள்ள அடிமைகளில் ஆயிரத்தில் நான் ஒருவன் என்று எழுதுகிற கண்ணதாசனுக்கும், உன்னை நான் சந்தித்தேன் நீ ஆயிரத்தில் ஒருவன், உள்ளத்தால் வள்ளல்தான் ஏழைகளின் தலைவன் பாடலுக்கும் பெரிய வித்தியாசம் இருக்கிறது. உள்ளத்தால் வள்ளல்தான் என்ற வரிகளை நான் வெவ்வேறு ஊர்களின் வெவ்வேறு தியேட்டர்களில் கேட்டிருக்கிறேன் ஆனால் எங்கேயும், உள்ளத்தால் வள்ளல்தான் என்று திரையில் ஒலிக்கும் போது தியேட்டரில், கூட்டமே இல்லையென்றாலும் கூட குறைந்தது நாலு விசில்களாவது வரும்.

எல்லாப் படங்களிலும் ஆர்ப்பாட்டமான பாடல்களை வைக்க மாட்டார். அழகாகத் தாலாட்டுகிற விதத்திலும் பாடல் வைப்பார். தொழிலாளி படத்தில், ஆண்டவன் உலகத்தின் முதலாளி பாடல் அருமையான தாலாட்டுப் போல ஒலிக்கும். படத்தில் அந்தப் பாடல் நெருங்குகிறபோது, தரை பெஞ்சு டிக்கெட்டுகளிலிருந்து, சத்தம் வரும், " உஸ் சத்தம் போடாதீங்க." என்று அதையும் ரசிக்க

வைப்பார். தன்னைப் புகழ்ந்து பாடுகிற பாடல்களை 65களை ஒட்டி படங்களில் வைக்கத் தொடங்கினார். அப்போது அவருக்கு ரசிகர்கள் ஏகத்திற்கும் பெருகி இருந்தார்கள். இதைத் தொடங்கி வைத்தது வாலி. "மூன்றெழுத்தில் என் மூச்சிருக்கும் அது முடிந்த பின்னாலும் பேச்சிருக்கும்" பாடல் மூலம் எம்.ஜி.ஆர் ரசிகர்களைக் கொள்ளை கொண்டவர். எம்.ஜி.ஆர் புகழ் பரப்பும் பாடல்களை இவரே அதிகம் எழுதினார். அது போலப் பிறரும் எழுத வழி வகுத்தார். கண்ணதாசன்: தர்மம் தலைகாக்கும் என்று பொதுவாக எழுதினார். அதை எம்.ஜி.ஆர் பாடும் போது மக்கள் அவரை பொருத்திப் பார்த்துக் கொண்டார்கள். அவர் துப்பாக்கிச் சூட்டில் உயிர் பிழைத்து வந்து முதல் படப்பிடிப்பிற்கு வந்த போது அவரை ஸ்டுடியோவில் வாழ்த்திய பாடல், "நினைத்தேன் வந்தாய் நூறு வயது" எழுதியவர் வாலி.

எம்.ஜி.ஆர், தான் பிறந்த இலங்கைக்குப் போய் வந்த போது ஆலங்குடி சோமு எழுதிய வரிகள் "பிறந்த இடம் தேடி நடந்த தென்றலே பெருமையுடன் வருக" பாடல் பூராவுமே அவரைப் புகழ்கிற பாடுகிற வரிகள்.

<https://www.youtube.com/watch?v=HRLSkhnGWu0>

உதய சூரியன் உன் வரவு இந்த உலகம் யாவையும் உன் உறவு. என்பதை காங்கிரஸ் அரசு தணிக்கை செய்து புதிய சூரியனாக்கி புண்ணியம் கட்டிக் கொண்டது.

காதல் பாடல்களிலும் அவர் தன்னை முன்னிறுத்திக் கொள்ளுவார். அவரது பாடல்களின் துள்ளலான தாளமும் ஆர்ப்பாட்டமான பின்னணி இசையும் பார்ப்பவர்களுக்கு உற்சாகத்தை ஊட்டும். படம் கொஞ்சம் சோர்ந்து சென்று கொண்டிருந்தால் காதல்ப் பாட்டுக் காட்சி வந்தால் எல்லோரும் நிமிர்ந்து உட்காருவார்கள். சினிமா இசை என்பதும் ராகங்களை அடிப்படையாகக் கொண்டதுதான். சினிமாவுக்காக சிறிய விலகல்கள் இருக்கும். ஒரே ராகம் மூன்று நடிகர்களும் எப்படிப் பயன்படுத்தக் கேட்கிறார்கள் என்பதைப் பார்க்கலாம். கீரவாணி என்றொரு ராகம். அதை ஜி.ராமனாதன் சிவாஜிக்காகப் பயன்படுத்திய பாடல். வணங்காமுடி படத்தில் வரும் ஓங்காரமாய் விளங்கும் நாதம்

<https://www.youtube.com/watch?v=SN2eRcIRnpQ>

ஏ.எம்.ராஜா ஜெமினிகணேசனுக்காகப் போட்ட பாடல் தேன் நிலவு படத்தில் "பாட்டுப் பாடவா பார்த்துப் பேசவா"

<https://www.youtube.com/watch?v=0qV8W1z6ZZo>

இதே ராகத்தில் எம்.ஜி.ஆருக்காகப் போடப்பட்ட பாடல். இன்பமே உந்தன் பேர் பெண்மையோ. அதன் துள்ளலும் வேகமும் பார்க்கும் யாரையும் ஈர்த்து விடும்

<https://www.youtube.com/watch?v=_DHxEHm1blM>

இதில் கதாநாயகி பாடுகிற வரிகளில் இன்பமே உந்தன் பேர் வள்ளலோ என்கிற வரியில் ரசிகர்கள் வரியைக் கொண்டாடவா, இல்லை வள்ளலைக் கொண்டாடவா என்று திணறுவார்கள். ஆனால் தியேட்டர் முழுக்க ஆட்டம் போடும். அதே போல என்ன ராகம் என்று தெரியாவிட்டாலும், உலகம் சுற்றும் வாலிபன் படத்தில், பச்சைக் கிளி முத்துச் சரம் பாடலைக் கேட்டு எந்த ரசிகனின் காலும் தாளமிடாமல் இருக்காது. அந்தப் படத்திலும் சங்கராபரணம் ராகத்தில் அமைந்த உலகம் அழகுக் கலைகளின் சுரங்கம் பாடல் படத்தில் ஏழரை நிமிடம் ஓடும். பின்னணி இசையும், பாடலும் ஆடலும். ஜப்பானின் எக்ஸ்போ70 காட்சிகளும் ரசிகனை மேகத்தில் உலவ வைக்கும். அதே சங்கராபரண ராகத்தில் சிவாஜி படப் பாடல் “தங்கத்திலே ஒரு குறையிருந்தாலும் தரத்தினில் குறைவதுண்டோ.” இரண்டுக்கும் எவ்வளவு வேறுபாடு.

நாங்கள் வெவ்வேறு ரசனையுள்ள நண்பர்கள் சேர்ந்து ரோட்டரி மகாநாடு ஒன்றிற்கு ஒரு வேனில் திருவனந்தபுரம் சென்று விட்டுத் திரும்பிக் கொண்டிருந்தோம். பழைய பாடல்களாக வேனில் ஒலித்துக் கொண்டிருந்தது. ஏற்கெனாவே கலகலப்பான மகாநாட்டுச் சுருதி, ஊர் நெருங்க நெருங்க, தன்னைப் போல் இறங்கிக் கொண்டு வந்தது. காணாததற்கு, ஒலித்தவை மலர்ந்தும் மலராத போன்ற சிவாஜி படப் பாடல்கள். வேனிற்குள் ஒரு அசாதரண மௌனம். அநேகமாக எல்லோரும் இன்னும் ஓரிரு வினாடியில் தூங்கினாலும் ஆச்சரியமில்லை. திடீரென்று வேறொரு குறுந்தகடைப் போட்டார் ஓட்டுநர். உற்சாகமான பேங்கஸ் தாளத்துடன் ஆரம்பித்து “ஒரு பெண்ணைப் பார்த்து நிலவைப் பார்த்தேன்.” என்று பாடல் ஒலித்தது. தூங்கி வழிந்த எல்லோருக்கும் உற்சாகம் தொற்றிக் கொண்டது. சிலர் அதே போல தாளம் போடவும், பின்னணி இசையை விசிலில் பாடவும், ஆடவும் ஆரம்பித்து விட்டார்கள். அதுதான் எம்.ஜி.ஆர் பாடல் செய்யும் மாயம். அதைத்தான் அவர் இசையமைப்பாளாரிடம் விரும்பிக் கேட்பார்.

பொதுவாக அவர் கே.வி.மகாதேவன் போடுகிற டியூன்களை மாற்றச் சொல்ல மாட்டாராம்.. தாய் சொல்லைத் தட்டாதே பாடல் எல்லாமே சற்று மென்மையாக இருக்கும். ‘பாட்டு ஒரு பாட்டு’ போல... அப்போது எம்.ஜி.ஆர் சொன்னாராம், மாமா எல்லா பாட்டும் நல்லாருக்கு, ஆனா ஒரு பாட்டுக்காவது தலை ஆட வேண்டாமா என்றாராம். மாமா சிரித்துக் கொண்டே “தபலாவை உருட்டச் சொல்லவிட்டு,” பட்டுச்சேலை காத்தாட பருவ மேனி கூத்தாட கட்டுக் கூந்தல் முடித்தவளே என்னைக் காதல் வலையில் அடைத்தவளே” வரிகளுக்கு டியூனை மாற்றி இசைத்தாராம். தேவரும் எம்.ஜி.ஆரும் அப்படியே அவரைக் கட்டிக் கொண்டார்களாம். அது கிளைமாக்ஸுக்கு முந்திய பாடல். இங்கு ஆரம்பிக்கும் விறு விறுப்பு படம் முடியும் போதுதான் நிற்கும்.

நான் ஆணையிட்டால் படத்தில் வரும் “தாய் மேல் ஆணை” பாடலை முதலில், உயர்ந்த மனிதன் படத்தில் வந்த அந்தநாள் ஞாபகம் நெஞ்சிலே வந்ததே போன்ற வாசிப்பு மெட்டில்தான் ஒலிப்பதிவு செய்திருந்தார்கள். ஆனால் எம்.ஜி.ஆர் கடைசி நேரத்தில் அந்த சோதனை முயற்சி வேண்டாம் என்று மாற்றி விட்டார். அதற்கப்புறம் அதை உயர்ந்த மனிதனில் முயற்சித்தார்கள். அப்போது எம்.ஜி.ஆர் சொன்னாராம் இதை சிவாஜி செய்தால்தான் நன்றாக இருக்கும், என்று. இது எவ்வளவு தூரம் உண்மையென்று தெரியாது. ஆனால் தாய் மேல் ஆணை பாடல் நன்றாக வந்திருந்தது. வாலி எழுதிய நல்ல படல்களில் அது ஒன்று. கண் போன போக்கிலே கால் போகலாமா பாடல் போல.

அவருடைய 130 + படங்களின் பாடல்கள் ஒவ்வொன்றையும் பற்றி நிறையச் சொல்லுவார்கள். அந்தந்தப் படத்திற்கு ஏற்றவாறு பாடலைக் கேட்டு வாங்குவார், அதிலும் விஸ்வநாதனைப் பிழிந்து எடுத்து விடுவார் என்று அவரே சொல்லுவார். ஒரு படத்தில் விடுபட்ட பாடலை வேறு படத்தில் சரியாகப் பயன்படுத்திக் கொள்வார். இணைந்த கைகள் என்ற அவரது வெளிவராத படத்தின் “நிலவு ஒரு பெண்ணாகி பாடலை, உலகம் சுற்றும் வாலிபன் படத்தில் பயன்படுத்திக் கொண்டார். உ.சு.வாலிபனின் அவளொரு நவரச நாடகம் பாடலும் அந்தப் படத்தில் உள்ளதுதான். அதே படத்தின், கொஞ்ச நேரம் என்னை மறந்தேன். பாடலை சிரித்து வாழ வேண்டும் படத்தில் பயன் படுத்திக் கொண்டார். பணக்காரக் குடும்பம் படத்தில் வரும் “இதுவரை நீங்கள் பார்த்த பார்வை இதற்காகத்தானா...” பாடம் காதலிக்க நேரமில்லை படத்திற்காகப் பதிவாகியது. அதை கேட்டு வாங்கிக் கொண்டதாகச்

சொல்லுவார்கள். பதிலுக்கு இதில் உள்ள மலரென்ற முகமென்று சிரிக்கட்டும். அங்கே போய் விட்டது. ஸ்ரீதர் பிரியமாக வாங்கிக் கொண்டார். உரிமைக்குரல் படத்தில் விழியே கதை எழுது பாடல் சோகமான சூழலில் படமாக்கப் பட்டிருந்தது. அதை மாற்றி ரிச்சாக கனவுப் பாடலாக்கி விட்டார். அதை ரசிகர்கள் பிரமாதமாக ரசித்தார்கள்.

அவரைப் போல தனது ரசிகர்களை அறிந்து வைத்திருந்தவர்கள் யாருமில்லை. அதனால்தான் அவர்களும் பொன்னின் நிறம் பிள்ளை மனம் வள்ளல் குணம் என்று சுசிலா பாடுகிறபோது கூடவே பாடிக் கொண்டாடினார்கள்.

7
பனி மூடிய இசைமலைகள்

"சாஞ்சா சாயுற பக்கமே சாயுற செம்மறி ஆடுகளா உங்க
சாயம் வெளுத்துப் போகும் பழைய ஏடுகளா"

என்று ஒரு பாடல் உண்டு ரம்பையின் காதல் படத்தில், தஞ்சை ராமையாதாஸ் எழுதினது என்று நினைவு. சினிமாவிலும் அப்படித்தான். ஒரு நடிகனோ நடிகையோ நடித்து படம் வெற்றி பெற்று விட்டால் அவர்கள் பின்னாலேயே போவார்கள். நடிகர் நடிகை மட்டுமல்ல, இசையமைப்பாளர்கள் கதையும் அப்படித்தான். பா(ட்)டும் அப்படித்தான் என்று சொல்ல வேண்டும். கே.வி.மகாதேவன் இசை அமைத்த ஒரு படம் நன்றாக ஓடி விட்டால் அவர் பின்னாலேயே செல்வார்கள். விஸ்வநாதன் ராம மூர்த்தி படம் வெற்றி பெற்றால் அவர் பின்னால் படையெடுப்பார்கள் படத் தயாரிப்பாளர்கள். நீண்ட காலத்திற்குப் பின் எம்.ஜி.ஆரின் பணத்தோட்டம் படத்திற்கு மறுபடி இசை அமைத்தார்கள் விஸ்வநாதன் ராம மூர்த்தி இருவரும். அதிலிருந்து அவர்களை அதிகம் நாடிச் சென்றார்கள் எம்.ஜி.ஆர் படத் தயாரிப்பாளர்கள்.

பெரும்பாலும் தமிழ்த் திரை ரசிகர்கள், கோவர்த்தனம் அவர்களை விஸ்வநாதன் ராம மூர்த்தியின் உதவியாளராகவே அறிவார்கள். அவர் ஏ.வி.எம்.நிறுவனத்தின் ஆஸ்தான இசை அமைப்பாளரான ஆர் சுதர்சனத்தின் சகோதரர் ஆனாலும் கூட

ஏ.வி.எம் மின் பல படங்களில், சுதர்சனத்தின் உதவியாளராகக் கூட அவர் பெயர் வராது. விஸ்வநாதன் ராம மூர்த்தியின் உதவியாளரான ஜி.கே. வெங்கடேஷ் பிரிந்து கன்னடத் திரையுலகில் பிரபலமானதும் கோவர்த்தனம் விஸ்வநாதன் ராமமூர்த்தியுடன் இணைந்தார். ஆனால் அதற்கு முன்பாகவே அவர் தனியேயும் இசை அமைத்திருந்தார். அவர் தெலுங்கைத் தாய் மொழியாகக் கொண்டவர் என்றாலும், கன்னடம், தமிழ் இரண்டும் நன்றாகவே தெரியும். கன்னடம், தமிழ் தெலுங்கு என மும்மொழிப் படமாக வந்த 'ஜாதகம்' படமே அவருக்கு முதல் படம். இந்தப் படத்தைத் தழுவியே பின்னாளில் கே.எஸ்.கோபாலகிருஷ்ணனின் 'செல்வம்' படம் வந்தது என்பார்கள். ஜாதகம் படத்தில் எம்.எஸ்.ராஜேஸ்வரி பாடும் "மாடுகள் மேய்த்திடும் பையன் தன்னை மதிப்பவர்க்கே மெய்யன்" பாடல் பிரபலமானது. <https://www.youtube.com/watch?v=HqK26OK_dLE>

இதில்த்தான் பி.பி.ஸ்ரீனிவாஸ் அறிமுகமாகிறார். "சிந்தனை ஏன் செல்லமே..." என்ற தனிப்பாடலும், "கண்ணுக்கு நேரே மின்னலைப் போலே." என்று ஜானகியுடன் பாடும் பாடலும் பிரபலம். (ஜாதகம் சிலருக்கு சாதகம் அது சரியில்லேன்னா பாதகம் என்றும் ஒரு பாடல் உண்டு என்று நினைவு).

ஏ.வி.எம். பட்டறையிலிருந்து தயாரான, இயக்குநர், எடிட்டர், கே.சங்கருடன், ஸ்டுடியோ நிர்வாகியான வாசு மேனன் இணைந்து, வாசு ஸ்டுடியோ என்று புதிதாக ஆரம்பித்து,முதன் முதலாக 'ஒரே வழி' என்ற படம் தயாரித்தார். அதற்கு இசை கோவர்த்தனம். அன்பும் அறனும் உயிரெனக் கொண்டால் அதுதான் ஆனந்தம் https://www.youtube.com/watch?v=O0lNCQEtJ1c&list=RDO0lNCQEtJ1c&t=16.

இந்தப் பாடல் அப்போது சிலோன் வானொலியில் ஒலிக்காத நாளே இருக்காது. இதன் வெற்றிக்குப் பின் வாசு மேனன், சங்கர், கோவர்த்தனம் கூட்டணியில் "கை ராசி" வெளி வந்தது. 1960 தீபாவளிக்கு, மன்னாதி மன்னன், பாவை விளக்கு, பெற்ற மனம், யானைப்பாகன் ஆகிய படங்களுக்கு எதிராக வந்து சக்கைப் போடு போட்டது. சங்கர் ராசியான இயக்குநர் ஆனார். இதே வாசு மேனன் பின்னாளில் தயாரித்த "பூவும் பொட்டும்" பிரமாதமாக எதிர் பார்க்கப்பட்ட படம். "எண்ணம் போல கண்ணன் வந்தான் அம்மம்மா", "நாதஸ்வர ஓசையிலே தேவன் வந்து பாடுகிறான்", போன்ற பாடல்கள் அற்புதமாக இருந்தும் படம் வெற்றி பெறவில்லை. சங்கர் இயக்க மறுத்து தாதா மிராஸி இயக்கினார் என்பார்கள் .கே. சங்கரின் தம்பிகளான கே.நாரயணன், கே.சங்குண்ணி ஆகியோர் எடிட்டிங் இருந்தும் வெற்றி பெற முடியவில்லை.

கே.சங்கரின் தம்பி கே.நாராயணன் இயக்கிய படங்களில் கொஞ்சம் நன்றாக ஓடிய படம் வரப்பிரசாதம். இதற்கு இசை கோவர்த்தனம். "கங்கை நதியோரம் ராமன் நடந்தான் கண்ணின் மணி சீதை மெள்ள நடந்தாள்" என்கிற புலமைப்பித்தனின் அழகான பாடலுக்கு பிரமாதமான டியூன் போட்டிருப்பார். படமும் நன்றாக ஓடியது. வாசு பிலிம்ஸின் அஞ்சல்பெட்டி 520 படத்திற்கும் கோவர்த்தனின் இசையமைப்பில் மிக மிகச் சிறப்பான பாடல்களும் பின்னணி இசையும் அமைந்தது "பட்டணத்தில் பூதம்" திரைப்படம். இது பிராஸ் பாட்டில் என்கிற ஆங்கிலப் படத்தின் தழுவல். ஜாவர் சீதாராமன் எழுதியது. முதலில் கண்ணதாசன் தயாரிப்பதாக இருந்து கை விட்டு விட்டார். அவரது சிபாரிசின் பெயரிலேயே கோவர்த்தனம் இசை அமைத்தார். அவ்வளவு பாடல்களும் பிரமாதமானவை. எல்லோருக்கும் பிடித்த சிவரஞ்சனி ராகப் பாடலான. "சிவகாமி மகனிடம் சேதி சொல்லடி.." உட்பட அவ்வளவு பாடல்களும் பிரமாதமானது. படக்கதையையும் அப்போதைய (1967) சூழலுக்கேற்ப ஜேம்ஸ்பாண்ட் பாணியில் படமாக்கி இருப்பார்கள். "எதிர்பாராமல் இருந்தாளோ இங்கு ஏன் வந்தாள் என்று நினைத்தாயோ." என்ற பாடல் எனக்குப் பிடித்தமானது, குமுதம் விமர்சனத்திலும் இந்தப் பாடலை பாராட்டிய நினைவு. விஸ்வநாதன் ராம மூர்த்தியிடம் பணியாற்றிய சங்கர் கணேஷ் தனியாக இசை அமைத்த போது அவை விஸ்வநாதன் ராம மூர்த்தியின் நகல்களாகவே இருந்தன. உதாரணம், "இதயவீணை". ஆனால் கோவர்த்தனம் இசை அப்படி இல்லை. தனித்துவமானது.

விஸ்வநாதன் ராம மூர்த்தியுடன் இவர் இசை அமைத்த வெற்றிப் படங்கள் தெலுங்கிலும் கன்னடத்திலும் மொழி மாற்றம் செய்யப்படும் போது அவற்றிற்கு கோவர்த்தனமே இசைப் பொறுப்பை முழுதுமாகப் பார்த்துக் கொள்ளுவார். போலீஸ்காரன் மகள், ராமு, களத்தூர் கண்ணம்மா (சுதர்சனம் இசை) போன்ற படங்கள் உதாரணம். இவை பெரும்பாலும் ஏ.வி.எம் நிறுவனத்திற்காகச் செய்யப்பட்டவை.

தன்னுடைய இசை அறிவின் மீது அபார நம்பிக்கை கொண்டதனால் பெரிய சமரசங்களுக்கு உடன்படாதவர். அதனாலும் அவரால் தனிப் பெரும் இசை அமைப்பாளராக வலம் வர முடியவில்லை. நாம் ஏற்கெனவே சொன்னது போல திடீரென்று திரையுலகில் வந்து விடுகிற ராஜாக்களும் சக்கரவர்த்திகளையுமே தயாரிப்பாளர்கள் தேடி ஓடி விடுவதால் கோவர்த்தனம் போன்ற இசை மலைகளைப் பனி மூடியே இருக்கிறது எப்போதும்.

8
ரசிகர் மன்றங்கள் ஒரு சங்கப்பலகை

பட்டணத்தில் பூதம் பார்த்துக் கொண்டிருந்தோம். படத்தில் ஒரு காட்சி வரும். ஜீ பூம்பாவாக நடிக்கும் ஜாவர் சீதாராமன், பேப்பர் படித்துக் கொண்டிருப்பார். என்ன பேப்பரெல்லாம் படிக்க ஆரம்பிச்சாச்சா, என்று நாகேஷ் கேட்பார். இல்லை நான் திருவிளையாடல் படம் பார்த்துக் கொண்டிருக்கிறேன் என்பார். நாகேஷ் எட்டிப் பார்த்தால், பேப்பரிலேயே திருவிளையாடல் விளம்பரம் சினிமாவாக மாறி பாட்டும் நானே காட்சி சினிமா போல ஓடும். கைதட்டலும் விசில்களும் பறக்க, பக்கத்திலிருந்த வாத்தியார் ரசிகர்கள் எல்லாம், 'ஏல ஜெய்சங்கருக்கு சிவாஜியைத்தான் பிடிக்கும் என்று புலம்பினார்கள். முக்கியமாக K.T.. சிதம்பரம். நான், இருங்கலே இப்ப என்ன நடக்குன்னு பாருங்க என்று சொல்லி முடிக்கவும், நாகேஷ் அதே பேப்பரின் இன்னொரு பக்கத்தை திருப்பி, எங்க வீட்டுப் பிள்ளை விளம்பரத்தைக் காண்பித்து இதை இந்தப் படத்தைப் பார்க்க முடியுமா என்பார். ஓ! எங்க வீட்டுப் பிள்ளை, "ஜீ பூம்பா" என்று மந்திரம் போட்டதும், நான் ஆணையிட்டால் என்று பாட்டு ஓடும். இப்போது தியேட்டர் இடிந்து போய் விடுகிற அளவுக்கு விசில் தூள் பறந்தது.

முதலில் எம்.ஜி.ஆரைக் காட்டாமல் ஒரு எதிர்பார்ப்பைத் தூண்டி அல்லது எதிர்பாராமல் அவரைக் காட்டியதுதான் சிலாக்கியமான விஷயம்

இதுதான் அன்றையத் தமிழ் ரசிகனின் நாடித்துடிப்பு. இன்றைக்கும் அதுதான். அதை திரைக்கதையாசிரியரும் இயக்குநரும் நன்கு உணர்ந்து கொண்டு காட்சி அமைத்ததுதான் சூப்பர். சிதம்பரம் எம்.ஜி.ஆரின் ஒண்ணாம் நம்பர் ரசிகன். திருநெல்வேலியில், "உடல் மண்ணுக்கு! உயிர் எம்.ஜி.ஆருக்கு!" என்று தலைப்பில் போட்டு முதல் வசூல் நோட்டீஸ் அடித்தது அவன் தான். அவனுக்கு எந்தக் கட்சி ஈடுபாடும் கிடையாது. எங்கள் தெருவில் 11வது வட்ட தி..மு க உட்கிளையாக 'மக்கள்திலகம் மன்றம்' அமைக்க முடிவு செய்து, 1966 பொங்கலுக்கு திறப்பு விழா என்று முடிவு செய்தோம். பிரதமமந்திரி லால் பகதூர் சாஸ்த்ரி இறந்து போனதால் ஒத்தி வைத்தோம். நிதியும் போதுமான அளவு வசூலாகவில்லை. சிதம்பரத்திடம் ஒரு ரசீது புத்தகம் கொடுத்து வசூல் பண்ணிக் கொடு என்று கேட்டேன். மறுத்து விட்டான். கட்சி உட்கிளையென்பதால் ஈடுபாடு காட்டவில்லை என்று நினைத்தேன்.

அவன் அடிக்கடி சொல்லுவான், தொண்டனை வைத்து தாண்டா கட்சி, கட்சிக்காகத் தொண்டன் இல்லை என்று. அதில் பிடிவாதமானவன். கட்சியில் எம்.ஜி.ஆருக்கு பெரிய மரியாதை இல்லை என்பது அவனுடைய கட்சி. எங்கள் மன்றம் 18.2.1966இல் ஆரம்பித்தோம். நம்நாடு பத்திரிகையில் செய்தி வந்தது. கடிதத்தொடர்பு என் பொறுப்பு. படிப்பகத்திற்கு தினமும் நிறையப்பேர் வந்தார்கள். 1967 தேர்தல் வரை மும்முரமாக நடந்தது. ஆட்சிக்கு வந்த பின் பலருக்கும் அரசியல் ஆர்வம் வந்து விட்டது. வேலை படிப்பு என்றும் பிரிந்துவிட்டார்கள்.

எனக்கு வேலூரிலிருந்து இரா. மாறன் என்று ஒருவரிடமிருந்து வேலூர் நகர எம்.ஜி.ஆர் ரசிகர் மன்ற சார்பாகக் கடிதம் வந்தது. முழுக்க முழுக்க வேலூர் நகரில் எம்.ஜி. ஆர் படங்களின் சாதனைகள் பற்றிய விளம்பரங்களும் தகவல்களும். அப்போதுதான் ரசிகர் மன்றங்கள் என்று அரசியல் கலப்பில்லாத பலர் இருப்பது தெரிந்தது. மன்றம் என்று ஆரம்பிக்காவிட்டாலும் சிதம்பரத்திற்கும் இன்னும் இரண்டு பேருக்கும் இதே போல மதுரை தூத்துக்குடி நகரங்களிலிருந்து ரசிகர் மன்றக் கடிதங்கள் வருவதுண்டு. இவையெல்லாமே கட்சி ஈடுபாடு அதிகம் இல்லாதவர்கள். எல்லோருமே எங்க வீட்டுப் பிள்ளை படத்தின் மகத்தான வெற்றிக்குப் பிறகு அதிகரித்த ரசிக வெள்ளத்தின் ஒரு பகுதி என்றால் மிகையில்லை.

நாடோடி மன்னன் வெற்றிக்கு கட்சியின் பங்களிப்பு அதிகம் இருந்தது. மாஸ்கோவிலுள்ள 'தொழிலாளியும் விவசாயப் பெண்ணும்' சிலையின் மாதிரியில் தனது நிறுவனத்தின் சின்னத்தை உருவாக்கி அவர்கள் கைகளில் துணிந்து தி.மு.க கட்சிக் கொடியைத் தந்து அது படத்தின் ஆரம்பத்தில் பட்டொளி வீசிப் பறப்பது போலக் காண்பித்ததுதான் அன்று தி.மு.கவை எம்.ஜி.ஆர் கட்சி என்று பாமரர்களிடையே நம்ப வைத்தது என்று எங்களுடைய தி.மு.க ஆசான் ஒருவர் சொல்லுவார். அதுவரை யாரும் அப்படிச் செய்யவில்லை. பின்னால் எஸ்.எஸ்.ராஜேந்திரன், முத்து மண்டபம் படத்தில் அவரே தி.முக கொடியைப் பிடித்துக் கொண்டு நின்ற நினைவு. நாடோடி மன்னனின் வெற்றிக்கு தி.மு.க பெரும் காரணம். அப்போதெல்லாம் கட்சியையையும் எம்.ஜி.ஆரையும் பிரிக்க முடியாது.

1964ல் எம்.எல்.சி பதவியை ராஜினாமா செய்கிற சூழலில்தான் கொஞ்சம் விரிசலடைகிறது அந்த உறவு. அப்போது வெளி வந்த என் கடமை நன்றாக ஓடவில்லை. அதற்கு அதையே காரணம் என்பார்கள். ஆனால் K.T.சிதம்பரம் போன்றவர்கள், அதெல்லாம் கிடையாதுடா, படமே சுமார், எம்புட்டு நாளா எடுக்காங்க என்றான். அவன் சொன்னது போலவே அடுத்து வந்த பணக்காரக் குடும்பம் நன்றாக ஓடியது. அடுத்து வந்த, தெய்வத்தாய், படகோட்டி படங்களும் நன்றாக ஓடியதுடன், அவருக்கு சினிமாவில் பெரும் திருப்பு முனைகளையும் உண்டாக்கியது. பந்துலு போன்றவர்கள் சிவாஜியை விட்டு எம்.ஜி.ஆரிடம் வந்தார்கள். 1964 டிசம்பரில் நிகழ்ந்த தனுஷ்கோடி புயல் அழிவுகளை நேரில்ப் போய் பார்த்து நிவாரண நிதியாக ஒரு லட்ச ரூபாய் கொடுத்தார். அது அவரது ரசிகர்களிடையே அவர் பேரில் இன்னும் மதிப்பை உண்டு பண்ணியது.

1967 ஜனவரி 12 எம்.ஜி.ஆர் சுடப்பட்ட அன்று இந்த ரசிகர்கள் பட்ட வேதனையை நான் உடனிருந்து அனுபவித்தவன். K.T.சிதம்பரம், சுருண்டு விழுந்து இரவு பூராவும், சந்திப் பிள்ளையார் முக்கில் கிடந்தான். எத்தனையோ பேர் சமாதானப்படுத்தியும் ஒன்றும் சாப்பிடவில்லை. மறுநாள் தாய்க்குத்தலைமகன் படத்திற்குக் கூட வரவில்லை. அவன் பார்க்காமல் எந்த எம்.ஜி ஆர் படமும் 60களுக்கு அப்புறம் வந்திருக்காது. தேர்தலுக்குப் பின்னான காலகட்டத்தில் இந்தப் பிரபலத்தையெல்லாம் எம்.ஜி.ஆர் தக்க வைத்துக் கொண்டார். எங்கள் வட்டத்தின் மக்கள்திலகம் மன்றத்தை

கலாப்ரியா 67

நாங்கள் சிலர் ரசிகர் மன்றமாக நடத்தினோம். நான் செயலாளர். மதுரை: புதுக்குயவர்பாளையம் சீதாராமன், பந்தடி ராஜேந்திரன், சுந்தர்ராஜன் திருச்சி வரதராசன், தென்சென்னை. எம்.ஜி.ஆர் ரசிகர் மன்றம் எஸ்.கல்யாணசுந்தரம், வடசென்னை ஏழுகிணறு எம்.ஜி.ஆர் ரசிகர் மன்றம், வேலூர் மாறன், தூத்துக்குடி, பாலகிருஷ்ணன், ராஜேந்திரன், நாகர் கோயில் உசேன், என்று நிறையப் பேருடன் தொடர்பு இருந்தது. *1965*இல் எம்.ஜி.ஆர் முதலும் கடைசியுமாக இலங்கை போய் வந்தார். அங்கே அவருக்கு (இலங்கை அரசு என்று நினைவு) நிருத்தியச் சக்கரவர்த்தி பட்டம் வழங்கினார்கள். K.T. சிதம்பரம் நிருத்தியச் சக்கரவர்த்தி எம்.ஜி.ஆர் ரசிகர் மன்றம் என்று ஆரம்பித்தான். அவனும் நானும் போட்டி போட்டுக் கொண்டு எம்ஜியாரின் *100* வது படமான ஒளி விளக்கு படத்திற்கு சாதனை மலர் அச்சடித்தோம். நான் எம்ஜியாருக்கு அனுப்பி அவர் அதைப் பாராட்டி கடிதம் எழுதியிருந்தார்.

1970–71 வாக்கில் விகடன் இதழில் நான் ஏன் பிறந்தேன் தொடர் எழுதும் போது அதன் போஸ்டர்களை ரசிகர் மன்றங்களுக்கு அனுப்பி தமிழகமெங்கும் ஆர்வத்துடன் ஒட்டினார்கள். விகடன் மணியன் ரசிகர்களைப் பயன்படுத்திக் கொண்டார் என்று சில ரசிகர்களிடையே அதிருப்தி இருந்தாலும், இதனை ஒட்டியே அனைத்துலக எம்.ஜி.ஆர் ரசிகர் மன்றம் ஆரம்பிக்கப்பட்டது. அதுவும் தி.மு.கழக அனுமதியோடு. அப்போது கலைஞரின் எங்கள் தங்கமாக இருந்தார் எம்.ஜி.ஆர். அந்தக் காலத்தை என் போன்ற கட்சியின் மீதும் எம்.ஜி.ஆர் மீதும் அன்பு கொண்டவர்கள் பொற்காலமாக நினைக்கிறோம். அப்புறம் *1971* தேர்தல். உறவில் விரிசல் எல்லாம் உண்டாகி. அ.தி.மு க உதயமானபோது இந்த ரசிகர்கள் எல்லாம் தேர்ந்த அரசியல் தொண்டர்களாகவும் ஆனார்கள். ஆனால் ஆட்சிக்கு வரும்போதும் அவர்கள் தொண்டர்களாகவே இருந்தார்கள், இருக்கிறார்கள். K.T. சிதம்பரம் அண்ணாதி.மு.கவிலும் எதையும் கோரவில்லை. அவன் சொல்வது போல தொண்டனை வைத்துத்தான் கட்சி. அதை இப்போதும் சில எம்.ஜி.ஆர் ரசிகர்களாக அறிமுகமாகி முகநூல் நண்பர்களாக இருப்பவர்கள் மூலம் அறிய முடிகிறது.

என்னிடம் பலரும் கேட்பார்கள் நீங்கள் எம்.ஜி.ஆர் ரசிகரா, இன்னும் அதை ஒப்புக் கொள்ளுகிறீர்களா, ஏன் என்று. வாழ்க்கையில் அப்படி ஒரு பருவம் இருந்தது, பதின் வயதுக் காதல் போல, அதைத் தாண்டி வந்து விட்டதால் அது இல்லையென்று ஆகி விடுமா

என்று நினைப்பேன். என்னுடைய அந்த ரசிகப் பருவத்தில் பல நண்பர்களைப் பெற்றிருக்கிறேன், பல விளிம்பு நிலை மனிதர்களின் துயர உலகினை நெருங்கி அறிய முடிந்திருக்கிறது. அவர்களுடன் இருப்பது பாதுகாப்பாகத் தோன்றியிருக்கிறது. அதெல்லாம் கூட அவர்களெல்லாம் கூட என் எழுத்துக்களில் வருகிறார்கள். வாழ்க்கையை எங்கும் எதிலிருந்தும் கற்றுக் கொள்ளலாம், அந்த வகையில் ரசிகர் மன்றங்களை ஒரு விதமான சங்கப்பலகை என்று சொல்லத் தோன்றுகிறது.

9

மக்கள் இசை, மக்கள் கலை

எங்கள் குழந்தைப் பருவத்தில், “சென்னை பாம்பே கல்கத்தா, செவுட்ல ரெண்டு கொடுக்கட்டா”. என்று ஒரு பாட்டும் “டில்லி பம்பாய் கல்கத்தா திருப்பி நானும் கொடுக்கட்டா” என்று எதிர்ப் பாட்டும் பாடிக் கொண்டு திரிவோம். எங்கள் காலத்து நர்ஸரி ரைம்ஸ் இவைகள்தான். இம்மூன்று துறைமுக நகரங்கள் பற்றிய செவி வழிச் செய்தியும் புனைவுகளும் குழந்தைகள் வரை, இப்படி வேடிக்கை வரிகளாக உருவாகி உலவிக் கொண்டிருந்தன. தங்கள் வணிக நோக்கங்களுக்காக, பிரிட்டிஷார் இங்கெல்லாம் காலூன்றினர் என்கிற நிதர்சனம், இதன் பின்னணியில் இருப்பது குழந்தைகளுக்குத் தெரியாது. பெரியவர்களுக்கும் தெரியாது என்பதுதான் நாம் அடிமையான சரித்திரம். அநேகமான மேற்கு நாட்டுக் கண்டுபிடிப்புகள் இம்மூன்று நகரங்களில் முதலில் அறிமுகமானது போலவே சினிமாவும், ஒரு நூற்றாண்டுக்கு முன்னர், இங்கேதான், அதுவும் ஒரு சந்தைப் பொருளாகவே அறிமுகமாயிற்று. அதிலும் வங்காளமே முதல் வரவேற்பை நல்கியது. அடுத்து மும்பை, அடுத்து சென்னை. (பின்னால் அது நல்ல கலை வடிவம் பெறத் தொடங்கியது வங்காளத்தில் மட்டும் தான்.) உலகெங்கிலும் நிகழ்ந்தது போலவே, இந்தியாவிலும் இந்த மூன்று இடங்களிலும் சினிமா, நாடகத்தின் நீட்சியாகவே தோன்றின. வங்காள சினிமா

என்பது முதலில் நாடகத்தின் காட்சிகளைப் படம் பிடித்துக் காட்டப்பட்ட துணுக்குகள் போலிருந்தன என்பதாகத் தகவல்கள் உள்ளன.

நாடகங்களே சினிமாவின் ஆதி வடிவமாக, அல்லது தாய் வடிவாக இருந்தது என்பதற்கு தமிழ் சினிமாவும் விதி விலக்கல்ல. ஆரம்ப கால சினிமாவுக்கான வசனம் பாடல்கள் எழுதிய பலரும் நாடகக் கலைஞர்களே. முதல் தமிழ்ப் பேசும் படமான காளிதாஸ் படத்திற்குப் பாடல் எழுதியது மதுர கவி பாஸ்கரதாஸ். கிராமஃபோன் ரிக்கார்டுகளுக்கும், பல்வேறு சபாக்களின் தமிழ் நாடகங்களுக்கும் பாடல்கள் எழுதுவதில் வல்லவர் என்று அறியப்பட்டவர். அவருடைய நாட்குறிப்புகள் மிகப் பெரிய நூலாக வந்துள்ளது. அதை வாசிக்கும் போது அவர் சராசரியாக ஒரு நாளைக்கு இரண்டு பாடல்களாவது நாடகங்களுக்கு எழுதி விடுவார் என்று தெரிய முடிகிறது. அவரே மெட்டுப் போட்டு நடிகர்களுக்குப் பாடும் பயிற்சியும், ஆடும் பயிற்சியும் கற்றுத் தந்திருக்கிறார். அவரே தமிழ் சினிமாவின் முதல் பாடலாசிரியராக அறியப்படுகிறார். அன்றைய கால கட்டத்தின், வெகுஜன வரவேற்பு பெற்ற பல மேடை நாடகக் கலைஞர்களைப் போலவே தேச பக்தியும், காந்திய பக்தியும் அவரது பேச்சு, மூச்சு, பாடல்களில் இடம் பெற்றிருந்தன. அப்போதைய எல்லா நாடகங்களிலும், அவை புராண நாடகங்களாக இருந்தாலும் கூட இடையிடையே நாட்டு விடுதலைப் பாடல்கள் முழங்காமல் இருந்ததில்லை. கொக்குகள் என்கிற சொல்லே வெள்ளையருக்கான குறியீடாக பாடல்களில் பாடப்பட்டிருக்கின்றன. வள்ளி திருமணம் நாடகத்திலும், அதுவே சினிமாவாக எடுக்கப்பட்ட போது சினிமாவிலும்

ஆலோலம் ஆலோலம் ஆலோலம்
அன்னம் கௌதாரிகள் ஆலோலமே
வெட்கம் கெட்ட வெள்ளைக் கொக்குகளா

விரட்டி அடித்தாலும் வாரீகளா என்கிற பாஸ்கரதாஸின் பாடல் இடம் பெற்றிருக்கிறது. அது வெற்றுப் பிரச்சாரமல்ல பாடலாசிரியரில் இருந்து கலைஞர்கள் வரை ஆத்மார்த்தாமான விடுதலை உணர்வோடு பாடி நடித்தவை. நாடக நடிகர்களை பாஸ்கரதாஸ் கள்ளுக்கடை மறியலுக்குச் செல்லக் கூட அனுமதித் திருக்கிறார். அவர்,

“இந்து முஸல்மான் ஒற்றுமை நிறைந்த
அல்லாஹு அக்பர்
வந்தே மாதரம் புகன்று வாழ்த்திடுவோம்”

என்றும் பாடல் வரிகள் எழுதியிருக்கிறார் ‘காளிதாஸ்’ படத்தில்.

ஆரம்ப கால இந்தியப் படங்களின் கதைக்களன் பெரும்பாலும் மகாபாரத, ராமாயண புராணக் கதைகளையும் அதன் உப கதைகளையும் சார்ந்து அமைந்திருந்தது. தமிழிலும் அதற்கு விதி விலக்கில்லை என்றாலும் இங்கு மட்டும் வித்தியாசமாக, புனைவுகள் மிகுந்த கந்த புராணத்தின் தாக்கத்தாலும், குறிஞ்சி நிலத் தெய்வமான முருகனை ஐந்து நிலத்தாருமே தமிழ்க்கடவுளாக வழிபட்டார்கள் என்பதாலும், முருகன் – வள்ளி கதை சார்ந்த நாடகங்களும் சினிமாக்களும் அதிகமாக வந்து பிரபலமாகவும் இருந்திருக்கின்றன. அதிலும் முருகன் தெய்வானை திருமணம், கதைகளாக நடிக்கப்படவில்லை, அதில் அவ்வளவு சுவாரஸ்யம் இல்லையோ என்னவோ. என்பதைக் கவனிக்க வேண்டும். அதே போல, குடி மக்கள் காப்பியமாகிய கோவலன் கண்ணகி கதையும் அதிகமாக நடிக்கப்பட்டிருக்கிறது. மகாத்மா காந்தி அவர் அறியாமலேயே தமிழ் நாடகங்களில், சினிமாக்களில் ஒரு வீர வணக்கத்துக்குரிய நாயகனாக விளங்கினார். பிற்காலத்தில் தமிழ் சினிமா, திராவிட இயக்கங்களின் பிரகடன மேடைகளாக விளங்கியபோது கூட, காந்தி நாயகனாகவே மதிக்கப்பட்டார். எம்.ஜி.ஆர் தன் பாடல்களில் காந்தியை அதிகமாகக் குறிப்பிட்டிருக்கிறார். நிஜ முதல்வராவதற்கு 12 ஆண்டுகளுக்கு முன்பே எம்.ஜி.ஆரை நிழல் முதல்வராக்கிப் பார்த்த எங்க வீட்டுப் பிள்ளை படத்தின் பிரதான ”நான் ஆணையிட்டால் அது நடந்து விட்டால்’ பாடலின்

முன்பு ஏசு வந்தார் பின்பு காந்தி வந்தார் இந்த
மானிடர் திருந்திடப் பிறந்தார் இவர்
திருந்தவில்லை மனம் வருந்தவில்லை அந்த
மேலோர் சொன்னதை மறந்தார்

என்கிற வரிகள் மூலமும், இன்னும் பல படங்களின் பாடல்களில் அண்ணாவை தென்னாட்டுக் காந்தி என்று சொல்வதன் மூலமும், காந்தி தமிழ் அரசியலுக்கும் பயன் பட்டார் எனத் தமிழ் சினிமா வரலாறு காட்டுகிறது. தி.மு.க.வின் அதிகாரபூர்வ பிரச்சாரப்படம் என்று சொல்லத்தக்க ‘உதயசூரியன் புரொடக்ஷன்ஸ்’ தயாரித்து வழங்கிய, எஸ்.எஸ் ராஜேந்திரன் நடிக்க, அண்ணா கதை வசனம் எழுதிய படமான. ’எதையும் தாங்கும் இதயம்’ படத்தில் பொம்மை விற்கும் காட்சி ஒன்றில்,

வெண்தாடி வேந்தரென்ற இவர்தான் ஜாதி
வெறியை விரட்ட வந்த பெரியார்

அன்பே உருவான இவர்தான் நம்
நெஞ்சில் நிறைந்திருக்கும் காந்தியார்

என்று வரும். இதன் மூலம் தி.மு.க என்ற அரசியல் கட்சியின் நிலைப்பாடுகள் பெரியாரின் சமூக இயக்க அரசியலிலிருந்து எப்படி அகண்ட ஆதரவு வேண்டி மாறின என்பதைக் காணலாம். "ஒன்றே குலம் என்று பாடுவோம் ஒருவனே தேவன் என்று போற்றுவோம்" என்று புலமைப்பித்தனும், 'ஒன்றே மாந்தர் குலம் ஒருவனே தேவன் என்றே பேசுதல் அறிவாகும், அது நன்றே ஆகும் என உணர்ந்திடாரை மக்கள் என்றே கூறுவது தவறாகும்' என உடுமலை நாராயண கவியும் பாடியது. திராவிடக் கட்சிகள் தங்கள் நிலைப்பாட்டை தளர்த்திக் கொண்டதையே சொல்கின்றன. தமிழ் சினிமாப் பாடல்கள் இதற்கெல்லாம் சாட்சியாக நிற்கின்றன.

தமிழிசை மூவரின் தொடர்ச்சியாக தமிழிசை நால்வராகவே அறியப்பட்ட பாபனாசம் சிவன் தமிழ் மெல்லிசைச் சினிமாப் பாடல்களில் புதிய திறப்பை உண்டு பண்ணினார் எனலாம். தமிழிசை மூவரின் காலமாகிய 19ஆம் நூற்றாண்டில் தமிழும் சமஸ்கிருதமும் கலந்த மணிப்பிரவாள நடையிலேயே பாடல்கள் இருந்தன. பொதுவாக அது வரை பாடப்பட்ட கீர்த்தனைகள் கடவுள்களின் அவதார, அதிசய மகிமைகளை, ஆயிரம் நாமாவளிகளை மீண்டும் அடுக்குகிற விதமாகவே இருந்தன. அதில் ஒரு நவீனமோ கற்பனையோ இல்லை. பாபனாசம் சிவன் இங்கே மாறுபடுகிறார். "எந்தன் இடது தோளும் கண்ணும் துடிப்பதேனோ..." என்ற சகுந்தலை பாடலில் வருவது போன்ற பேச்சு வழக்குகள் ஊடாடும் திரைப்படப் பாடல்கள் எழுதி, பலவற்றிற்கு அவரே இசை அமைத்து சினிமா மெல்லிசைக்கு வழி வகுத்திருக்கிறார். "அசோக் குமார்" படத்தின் பாடல்களில் ஒன்றான "பூமியில் மானிட ஜென்மமடைந்து புண்ணியமின்றி விலங்குகள் போல்" என்கிற பாடலில் புத்தரைப் பற்றிய வரிகள், அவரது வாசிப்பு விசாலத்திற்குச் சான்று சொல்லுபவை. புத்தர் பற்றி அதுவரை பாடப் பட்டதில்லை. சிருங்கார ரசம் கொஞ்சும் வர்ணிப்புகளுக்கு, சிவ கவியில் வரும் 'வதனமே சந்த்ர பிம்பமோ' ஒன்று போதும். இதன் 'சிந்து பைரவி' ராகத்தில் இழையாடும் 'புன்னகை தவழ் பூங்கொடியாள்' காலம் கடந்து இதே ராக சாயலில் ஒலிக்கும் "பவளக் கொடியிலே முத்துகள் பூத்தால் புன்னகை என்றே பெயராகும்" என்ற வாலியின் பாடலில் எதிரொலிக்கும்

அவர் சினிமாவில் கையாண்ட ராகங்கள் சாகா வரம் பெற்றவை. அநேகமாக அவற்றைத் தாண்டி புதிய ராகங்களை வெகு சிலரே பயன் படுத்தி இருக்கின்றனர். உதாரணம் சாருகேசியில்

அமைந்த "மன்மத லீலையை வென்றாருண்டோ..." பாடல். சாருகேசி இன்று வரை 72 ஆண்டுகளாக தமிழ்த் திரையுலகில் கோலோச்சிக் கொண்டிருக்கிறது. சாருகேசி அல்லது அதன் சாயலில் தமிழ் சினிமாவின் பாடல்களின் பயணத்தைப் பார்க்கலாம் 1944 ஹரிதாஸ், 1947 ராஜ குமாரி மாறன் அவதாரம் மணி மந்திர வாதியிவர்... 1950 வேலைக்காரி 'நோயற்ற வாழ்வே', 1956 மதுரை வீரன் ஆடல் காணீரோ 1958 சாரங்கதாரா வசந்த முல்லை போலே வந்து, 1958 காத்தவராயன் வா கலாப மயிலே, 1962 குங்குமம் தூங்காத கண்ணென்று ஒன்று 1967 அனுபவி ராஜா அனுபவி முத்துக் குளிக்க வாரீகளா 1971 ரிக்ஷாக்காரன் அழகிய தமிழ் மகள் இவள் 1984 தம்பிக்கு எந்த ஊரு காதலின் தீபம் ஒன்று என்று நீளும் சாருகேசியின் பயணம். சங்கராபரணத்திற்கு, இன்னொரு பயணப் பட்டியல் இடலாம். ஆடல் காணீரோ பாடலுக்கும் முத்துக் குளிக்க வாரீகளாவுக்கும் ஒரே சாருகேசி ராகம் என்பதை அறிய ஆச்சரியமாக இருக்கிறது. இதற்கான பாதையை அமைத்தது பாபநாசம் சிவன் என்றால் மிகையாகாது. அவரைத் தொடர்ந்து வந்த, ஜி.ராமனாதன். எஸ்.எம். சுப்பையா நாயுடு, சி.ஆர். சுப்பராமன், கே.வி.மகாதேவன், விஸ்வநாதன்ராமமூர்த்தி, இளையராஜா என்று பலரும் எந்த விதமான பாடலுக்கும் கர்நாடக ராகங்களையே பயன்படுத்தியிருக்கிறார்கள். தமிழிசை இயக்கம் தோன்றிய போது இருந்த அரங்கேற்றச் சங்கடங்களை, மேல்த்தட்டு வர்க்க அரசியலை, திரைப்பட இசை நீக்கியிருக்கிறது என்றால் மிகையில்லை. செவ்வியல் இசையை சினிமா இசை விழுங்கி விட்டது என்று சொல்பவர்கள் இதைக் கவனிக்க வேண்டும்.

எந்தத் திரையிசையிலும் கர்நாடக இசையின் ஆதிக் கூறுகள் இல்லாமல் இல்லை. ஆனால் ஒரு சினிமாப் பாடலில் தன்னை மறக்கிற பாமர ரசிகனுக்கு இந்த ராகங்கள் பற்றிய எந்தக் கவலையும் தேவையில்லை. அவன் "போறவளே போறவளே பொன்னுரங்கம்..." பாடலை நாட்டுப் புறப் பாடலாகவே ரசிப்பான். அதில் இருப்பது 'மோகன ராகம்' என்பது தெரியாமலே. அவன் இரவு நேரப் பண்பலை வானொலி நிகழ்ச்சிகளின் சோகப் பாடல்களில் தன்னைக் கரைத்துக் கொள்வான். அந்தக் கால தெம்மாங்குப் பாடல்களைப் போல உடல் அசதி தோன்றாமல் வேலை செய்யும் நேரத்திலும் பயணத்திலும் இன்றைக்கு திரைப் பாடல்கள் இருக்கின்றன. வீடு கட்டும் தொழிலாளிகள், விவசாயிகள் எல்லோரும் தங்கள் அலைபேசியில் பாடல் கேட்டபடியே வேலை செய்கிறார்கள். அவர்களது பெரும்பான்மை விருப்பம் இளையராஜா.

மெட்டுக்கு பாட்டு என்பது சினிமாவின் எழுதப் படாத விதி. எதையாவது முணு முணுத்துக் கொண்டிருக்கும் இசையமைப்பாளர்கள், பாடகர்களின் வாயில் மெட்டுக்கள் வருவது இயற்கை. பிரபலங்கள் தங்களுக்குப் பிடித்த ராகங்கள், டியூனுன்களுக்கு எழுதும்படியும் சொல்வதுண்டு. எம்.எஸ் பாடிய "காற்றினிலே வரும் கீதம்" பாடல் வங்காளப் பாடல் ஒன்றின் தழுவல் என்கிறார், வாமனன். ஆனால் அது ரதிபதிப்ரியா என்ற ராகத்தில் அமைந்தது என்கிறார் ஒரு இசை தெரிந்த நண்பர். மெட்டுகளுக்காகப் பலர் பாட்டு எழுதியிருக்கிறார்கள்.பாரதிதாசன் வளையாபதி படத்தில் ஒரு பாட்டு எழுதி இருக்கிறார். நாடகத்திலிருந்து சினிமாவுக்கு வந்த 'மருதகாசி' ஒரு முக்கியமான கவிஞர். இந்தி சினிமாக்களின் பல கூறுகள் தமிழில் பாதிப்பினை ஏற்படுத்தின. அவற்றில் ஒன்று அருமையான பாட்டு டியூன்கள். பாலிவுட்டின் சினிமாக்கதைகள் எடுத்தாளப்படும் போது அதே படம் அல்லது வேறு படத்தின் பாடல்களின் மெட்டுகள் இங்கும் கையாளப் பட்டன. மாடர்ன் தியேட்டர்ஸ் படங்களில் நிறைய நிகழ்ந்தது இது. அலிபாபா படத்தின் அநேகமான பாடல்கள் இந்திப் படத்தின் தழுவல் மெட்டுகள். எஸ். தக்ஷிணாமூர்த்தி, இசை. மருதகாசி, பாடல்கள். இது நீண்ட காலம் தொடர்ந்தது. பின்னாளில் வேதா கண்ணதாசன் கூட்டணியில் பல பாடல்கள் வந்தன. அப்போதும், "நான் மலரோடு தனியாக ஏன் அங்கு நின்றேன்..." போன்ற காவிய நயம் மிக்க பாடல்களைக் கண்ணதாசன் எழுதியிருக்கிறார். கைதி கண்ணாயிரம் படத்தில் கட்டாயத்தின் பேரில் கே.வி.மகாதேவனே, அதன் ஒரிஜினலான, "கைதி என் 911" படத்தின் முக்கியமான 'Meethi Meethi Baaton Se Bachna Zara' என்ற பாடலைக் காப்பி அடித்திருந்தார். "கொஞ்சிக் கொஞ்சிப் பேசி மதி மயக்கும்," என்று சுசிலா பாடும் பாடல் மிகப் பிரபலமானது. ஆனால் மருதகாசியின் சொந்தப் புலமையும் அதில் மிளிரும். மருதகாசி தமிழ் சினிமா தந்த ஒரு ஒப்பற்ற பாடலாசிரியர்.

எழுதிச் செல்லும் விதியின் கை எழுதி எழுதி மேற்செல்லும்

அழுதாலும் தொழுதாலும் அதில் ஒரெழுத்தும் மாறாதே என்று உமர்கய்யாமின் வரிகளை எளிமையாகத் தமிழ் ஆக்கியிருக்கிறார் மருதகாசி. இவருடைய பல பாடல்களை பட்டுக் கோட்டை கல்யாண சுந்தரம் எழுதியதாகத் தவறாகக் குறிப்பிடும் அளவுக்கு பொது உடைமை, திராவிட இயக்கக் கருத்துகள் நிறைந்தவை

திராவிட இயக்கத் தலைவர்கள் அண்ணா, கலைஞர் போன்றவர்கள் நாடகத்திலிருந்து சினிமா வந்த போது உடுமலை

நராயண கவி, மருதகாசி, போன்ற பலரும் சினிமாவுக்கு வந்தார்கள். அவர்களுக்கு இயல்பாகவே திராவிட இயக்கச் சிந்தனைகள் இருந்ததில் வியப்பில்லை. மருதகாசியின் பாடல்கள் நாட்டுப் புறத்தன்மையும் உயரிய காதல்ச் சுவையும் கொண்டவை. எம்.ஜி.ஆர் தன் ஆளுமையைக் கட்டமைக்க உதவிய கவிஞர்கள் பலரில் மருதகாசி முக்கியமானவர். கண்ணதாசன், வாலி, மாயவநாதன், பஞ்சு அருணாசலம், ஆகியோர் வந்த பின்னும் எம்.ஜி.ஆர் அவரையும் உடுமலை நாராயண கவியையும் அழைத்து தன் படங்களுக்குப் பாடல் எழுதச் சொல்லியிருக்கிறார். உடுமலை நாராயணகவியின் பாடல்களை என்.எஸ் கிருஷ்ணன் தன் கருத்துகளைச் சொல்வதற்கு அதிகம் பயன்படுத்தியிருக்கிறார். இருவரும் திராவிட இயக்கப் பின்புலம் உடையவர்கள்.ஆனாலும் உடுமலை நாராயண கவி திருவிளையாடல்ப் புராணக் கதைகளையும், தசாவதாரக் கதைகளையும் எந்த வைதீகப் பாடலாசிரியர்களை விடவும் சிறப்பாக எளிமையாக எழுதி இருக்கிறார். ஆதி பராசக்தியின் பிறப்பையும் சாக்த வழிபாட்டுக் கூறுகளையும் உள்ளடக்கி அவர் 'ஆதி பராசக்தி'யில் 'டைட்டில் சாங்' எழுதியிருக்கிறார்.

மருதகாசியின் பிரபலமான ஏர் முனைக்கு நேர் இங்கே எதுவுமே இல்லை பாடலின் ஒரு சரணம்,"

வளர்ந்து விட்ட பருவப் பெண் போல் உனக்கு வெட்கமா தலை
வளைஞ்சு சும்மா பாக்குறியே தரையின் பக்கமா இது
வளர்த்து விட்ட தாய்க்குத் தரும் ஆசை முத்தமா என்
மனைக்கு வரக் காத்திருக்கும் நீயும் சொல்லம்மா

இதில் கடைசி வரியை நீக்கினாலோ, மாற்றினலோ, அற்புதமான ஹைகுவாகி விடும். தமிழின் மிக நீளப் படமான சம்பூர்ண ராமாயணத்தின் பாடல்கள் அனைத்தையும் எழுதியது மருதகாசி. ராமாயண காவியத்தின் பல பகுதிகளைப் பாடலாகவே எழுதிக் காட்சியாக்கி இருப்பார்.

அந்த வகையில் அது ஒரு குட்டி ராமாயண காவியம். இதற்கு வசனம் ஏ.பி.நாகராஜன். அவர் தனது பிற்காலப் படங்களில் இதே உத்திகளைப் பயன் படுத்தி கதை சொல்லலுக்குப் பாடல்களைப் பயன் படுத்தியிருப்பார். அவருக்கு அப்போது உதவியவர் கண்ணதாசன். சரஸ்வதி சபதம் படத்தின் மையக் கருத்தினை அவர் ஒரே பாடலில் சொல்லி இருப்பார். உதாரணம்,

கல்வியா செல்வமா வீரமா
அன்னையா தந்தையா தெய்வமா

ஒன்றில்லாமல் மற்றொன்று உருவாகுமா இதில்
உயர்வென்றும் தாழ்வென்றும் பிரிவாகுமா

கண்ணதாசன் தமிழ் சினிமாவில் ஒரு சகாப்தம். படத்தின் கதைக்கேற்ப பாடல்கள் எழுதுவதில் சமர்த்தர். அந்தப் பாணியை அவரே ஆரம்பித்து வைத்தார். அவருக்கு முந்திய காலங்களின் நாயகன் பட்டுக்கோட்டை கல்யாணசுந்தரம். மக்களின் புழங்கு மொழியிலிருந்து தன் அசாத்தியக் கற்பனைகளை வடிவமைத்தவன். உயர் நிலைப்பள்ளி மாணவர்களுக்கான தமிழ்ப் புத்தகத்தில் எம்.ஜி.ஆர் பற்றிய பாடம் ஒன்று. அதில் அவரது வாழ்வு, அரசியல், சமூக சாதனைகளை விட அதிகமும் இடம் பெற்றிருப்பது பட்டுக்கோட்டையின் சினிமாப் பாடல்களே. அப்படி அவர் தன் பிம்பத்தைக் கட்டமைக்க பட்டுக்கோட்டையின் பாடல்கள் உதவின. சமூக சீர்திருத்த, பொது உடைமைக் கருத்துகள் பற்றி அவர் அதிகம் பாடியிருந்தாலும் அவர், பக்தி, காதல், நகைச்சுவை என்று எல்லாப் பிரிவுகளிலும் பல முத்திரைப் பாடல்கள் எழுதி இருக்கிறார். ஸ்ரீதரின் அற்புதமான காதல்க் கதையான கல்யாணபரிசு படத்திற்கு ஏற்ற பாடல்களாக எழுதி இருப்பார்.

'துள்ளாத மனமும் துள்ளும்' பாடல், படத்தின் மையக் கதையை நான்கு துயர வரிகளில் சொல்கிற பாடல்

அன்பு மயில் ஆடலுக்கு மேடை அமைத்தான்
துன்பம் எனும் நாடகத்தைக் கண்டு ரசித்தான்
இன்பத்தினை விதிக்கு இரை கொடுத்தான்
இருந்தும் இல்லாத உருவெடுத்தான்

இரண்டையும் கேட்பவர்கள் அவர் இறந்து போன கவிஞன் என்பதை நம்ப மாட்டார்கள். அமர வரிகள் அவை.

உப்புக் கல்லை வைரமென்று சொன்னால் நம்பி
ஒப்புக் கொள்ளும் மூடருக்கு முன்னால் நாம்
உளறியென்ன கதறியென்ன ஒன்றுமே
நடக்கவில்லை தோழா... ரொம்ப நாளா

என்கிற பட்டுக் கோட்டையின் வரிகள் தூங்குகிறவர்களைத் தட்டி எழுப்புபவை.

தஞ்சை ராமையாதாஸ் பெரும் புலவர் என்றாலும் எளிமையான பாடல்களையே எழுதியவர். இவரது, என்னால் மறக்க முடியாத ஒரு வரி, குலேபகாவலி(1956) படத்தில் சந்திரபாபு பாடும்

"இங்கே எல்லாத்துக்கும் இடம் குடுக்கிற அல்லாவே நீயும்
ஏமாந்துட்டா போட்டுடுவான் குல்லாவே"

அது தவிர கதை, வசனம், பாடல்கள் மூன்றும் எழுதுவதிலும் சிறந்தவர். அவரது மிஸ்ஸியம்மா, அடுத்தவீட்டுப் பெண் போன்ற படங்களின் நகைச்சுவை அம்சம் பிரபலமானது. மொழி மாற்றப் படங்களான தேவதாஸ்,பாதாள பைரவி, மாயாபஜார், ஆகியன தமிழ் சினிமாவின் சிறந்த படங்களில் சில என்றே சொல்லத்தக்க தமிழ்த் தன்மையுடையவையாக மாறியிருக்கும். அசலான திறமைக்கு மரியாதை கிடைக்காமல், மொழி மாற்றப் படங்களுக்கே வசனம், பாடல் எழுதிய, ஒரு பாடலாசிரியர் கம்பதாசன். 'மொகலெ ஆஜம்' என்ற இந்திப் படத்தின் தமிழ்ப் பதிப்பில் அவர் எழுதியிருக்கும் வசனமும் பாடல்களும் அதை ஒரு தமிழ்க் காவியமாகவே மாற்றி இருந்தது. பி.யு.சின்னப்பா நடித்த மங்கையர்க்கரசி படத்தின் கதை வசனங்களை கவிஞர் சுரதாவுடன் எழுதியதுடன் அதில் கவிஞன் வித்யாபதியாகவும் நடித்திருப்பார். இந்த நிஜ தேவதாஸின் வாழ்க்கை ஒரு துயர சினிமாவாக முடிந்து போனது.

சுரதாவின் வரிகள், உவமைகள், காவியத் தன்மை நிறைந்தது பிரபலமான சில வரிகள்.

"கட்டுக்குலையாத பட்டுத் தளிர் மேனி
கண்ணில் அபிநயம் காட்டுதே இன்பக்
காவியத் தேனள்ளி ஊட்டுதே "

●

"நெய்யும் தறியில் நூல் நெருங்குவது போல்
நேச முகம் இரண்டும் நெருங்குமா"

●

சுரதா, பாரதிதாசனின் அணுக்கத் தொண்டர். தன் புலமைச் செருக்கை விட்டுக் கொடுக்காமல் இவர் எழுதினார்.

ஏற்கெனவே ஐம்பதுகளில் தன் சக கவிஞர்களான, உடுமலையார், மருதகாசி, பட்டுக்கோட்டை, தஞ்சை ராமையாதாஸ், எல்லோரையும் ஓட்டத்தில் பின் தள்ளி முன்னே வந்தவர் கண்ணதாசன்.

மன்றம் மலரும் முரசொலி கேட்கும் வாழ்ந்திடும் நம்நாடு
இளம்
தென்றல் தவழும் தீந்தமிழ் பேசும் திராவிடத் திருநாடு
வேலும் வாளும் தாங்கிய மறவர் வீழ்ந்தது கிடையாது
வீரர்கள் வாழும் திராவிட நாட்டை வென்றவர் கிடையாது

கண்ணதாசனின் கனவுப்படமான சிவகங்கைச் சீமையில் வரும் இந்தப் பாடல் வரிகளில், மன்றம், முரசொலி, நம்நாடு, தென்றல், திராவிட

நாடு என தி.மு.க வின் அனைத்து நாளிதழ்களின் பெயர்களும் வரும். இதை 1959இல் முதலில் வெளி வந்த போது படத்தில் வெட்டி விட்டார்கள். பின்னர் 1967க்குப் பின் சேர்க்கப்பட்டது. ஆனால் 1958இல் வெளிவந்த கண்ணதாசனின் ‘மாலையிட்ட மங்கை’ படத்தில் ‘எங்கள் திராவிடப் பொன்னாடே கலை வாழும் தென்னாடே’ என்று டி.ஆர்.மகாலிங்கம் எட்டுக்கட்டையில் பாடும் பாடலை எப்படி அனுமதித்தார்கள் என்று தெரியவில்லை. இந்தப் பாடலை அத்தனை தி.மு.க கூட்டங்களிலும், ஒலி பரப்புவார்கள். அப்படி ஒரு இயக்கத்திற்காக தன்னை முழுமையாக ஒப்புக் கொடுத்தவர் கண்ணதாசன். கலைஞரோ அண்ணாவோ கூட இந்த மாதிரியான வசனம் எழுதவில்லை.

தமிழ் சினிமாவில் மட்டும்தான், சுதந்திரத்திற்கு முன்னும் பின்னும் தீவிர அரசியல் கருத்துக்களால் சினிமா ஆளப்பட்டது. வேறு எந்த மொழியின் படங்களிலும் மொழியைப் போற்றி, பாரம்பரியப் பெருமைகள் பேசி பாடல்கள் வந்ததாகத் தெரியவில்லை. எம்.ஜி.ஆர் தன் நாடகங்களில் பாடப்பட்ட

செந்தமிழே வணக்கம் ஆதி திராவிடர் வாழ்வினைச் சீரோடு விளக்கும் செந்தமிழே வணக்கம் பாடலையே தனது முதல்த் தயாரிப்பான நாடோடி மன்னன் படத்தில் வைத்தார். கவிஞர் நெ.மா.முத்துக்கூத்தன் எழுதிய பாடல். அவர் நல்ல கவிஞர், நடிகர், துணை இயக்குநர். இதற்குப் பிறகு 9 வருடங்கள் கழித்து அவருக்கு இதே புகழையும் அடையாளத்தையும் வழங்கிய பாடல்,

“ஆடப் பிறந்தவளே ஆடி வா, புகழ் தேடப் பிறந்தவளே பாடி வா” பாடல், வாலியின் “தொட்ட இடம் துலங்க வரும் தாய்க்குலமே வருக” பாடல், ஆகியன ஜெயலலிதாவைக் கொண்டாடப் பயன் பட்டது.

1950களின் கடைசி வரையிலான கண்ணதாசனின் நிலைப்பாடு வேறு. அதன் பிறகு எம்.ஜி.ஆரின் சமூகப் படங்கள் வெற்றி பெறத்தொடங்கி, சிவாஜி கணேசன் பீம்சிங் (நாங்கள் கிண்டலாக ‘பாம்சிங்’ என்போம்) கூட்டணியின் பாவமன்னிப்பு, பாகப்பிரிவினை, பாலும் பழமும் படங்களின் வெற்றிகளுக்குப் பிறகு கண்ணதாசன் பாடல்களின் பன்முகத் தன்மை இன்னும் வெளிப்பட்டது. அதிலும் அவர் தி.முகவிலிருந்து வெளியேறிய பின் அவருக்கு எழுதுவதற்கு நிறைய சுதந்திரங்கள் கிடைத்தது. ஆனால் அப்போது அவர் எழுதிய ஒன்றிரண்டு அரசியல் கவிதைகளில் எந்த ஆத்மார்த்தமும் இல்லை. அப்போது வாலியின் காலமும் இணைந்து கொண்டது. அத்தோடு மாயவனாதன், பஞ்சு அருணாசலம், ஆலங்குடி

சோமு என்று பலரும் எழுதினார்கள். அந்த நேரம் 1963-67 கண்ணதாசனின் தனிப்பெரும் சாம்ராஜ்யம் சற்றுச் சரிந்தது. ஆனால் தரம் ஒரு போதும் தாழவில்லை. கண்ணதாசனின் கிருஷ்ண கானம் பாடல்கள் அவரை ஒரு ஆழ்வாராக்கின. மாயவனாதனின் "தண்ணிலவு தேனிறைக்க, தாழை மரம் நீர் தெளிக்க," பாடல் மெல்லிசையின் உச்சம். வாலி எல்லோருக்கும் நல்ல பிள்ளையாக சினிமாவில் வலம் வந்தார். மூன்றெழுத்தில் என் மூச்சிருக்கும் என்ற மூன்றெழுத்துப் பாடலில் பெயர் வாங்கிய இரண்டு எழுத்துக் கவிஞர் என்று குமுதம் வார இதழ் அப்போது வாலியை வரவேற்றது. பாடல்கள் உடனடி ஹிட் ஆகி இசை அமைப்பாளர்களின் பிரியத்திற்குரிய கவிஞராக இருந்தவர். "கண் போன போக்கிலே கால் போகலாமா," போன்ற அறிவுறுத்துகிற பாடல்களைத் தமிழ் சினிமாவுக்கு தொடர்ந்து தந்தார். தமிழ் இலக்கணத்தின் 'செவியறிவுறூஉ துறையின் தொடர்ச்சியாக இதைக் கொள்ளலாம்.

காவியப் புலவர்களாக அறிமுகமானவர்கள் புலமைப்பித்தன் மற்றும் முத்துலிங்கம். இருவருமே கண்ணதாசனுக்குப் பிறகு அரசவைக் கவிஞர்களாக இருந்தவர்கள். "உன்னுயிரிலே என்னை எழுத பொன் மேனி தாராயோ" போன்ற காவிய வரிகளை சினிமாவிலும் கொண்டு வர முடியும் அதை பாமரர்கள் கூட வரவேற்கவும் செய்வார்கள் என்று, "ஆயிரம் நிலவே வா..." பாடலின் மூலம் நிரூபித்தவர் புலமைப் பித்தன். "கந்தனுக்கு மாலையிட்டாள் கானகத்து வள்ளி மயில்" என்ற அறிமுகத்துடன் அழகழகான பாடல்கள் எழுதினார் முத்துலிங்கம். "பிள்ளைத் தமிழ் பாடுகிறேன் ஒரு பிள்ளைக்காகப் பாடுகிறேன்"... மற்றும் "இரவுப்பாடகன் ஒருவன் வந்தான் நெஞ்சில் இரண்டு பாடல்கள் கொண்டு வந்தான்..." எல்லாம் முத்துலிங்கத்தின் முத்து வரிகள்.

இளைய ராஜா பாரதிராஜா போன்ற இளைஞர் கூட்டம் வந்த போது, 'வானம் எனக்கொரு போதி மரம் நாளும் எனக்கது சேதி தரும்' என்று வானம்பாடிக் கவிஞர்களின் வார்த்தைகள் போன்றவற்றைச் சினிமாவுக்குப் பாடலாக மாற்றியவர் வைரமுத்து. ஆரம்பத்தில் அவர் தமிழ் சினிமாப் பாடல்களை ஒரு வித ரொமாண்டிக் வரிகளுடன் இன்னொரு தளத்திற்கு எடுத்துச் சென்றார். பிற்காலத்தில் முதல் மரியாதை, கிழக்குச் சீமையிலே, கருத்தம்மா, சிந்து பைரவி போன்ற படங்களில் கதைக்கேற்ப வரிகளை ஆக்குவதில் இன்னொரு கண்ணதாசனாக ஆனால் தனித்துவத்துடன் உருவெடுத்தார். அவரது கன்னத்தில் முத்தமிட்டால் பாடலின் 'மரணம் ஈன்ற ஜனனம் நீ என்னும் உருவகம், தமிழ்ப்படம் கேட்டே இராத வரிகள்.

சினிமாவைத் தாண்டி அவரது "ஜென்மம் நிறைந்தது சென்றவர் வாழ்க..." இறுதி யாத்திரைப் பாடலை ஒரு புதிய 'திருவாசகம்' எனலாம்.

பழநி பாரதி அறிவுமதியின் பட்டறையில் தயாராகி பிரபலமானவர். காதலுக்கு மரியாதை, பூவே உனக்காக போன்ற படங்களின் வெற்றிக்கு பழனி பாரதியின் அழகான பாடல்களே காரணம். "காற்றே காற்றே நீ மூங்கில் துளைகளில் கீதம் இசைப்பதென்ன." பாட்டின் வரிகள், 'பூட்டி வைத்த ஒரு பூவின் கதவுகளைக் காற்றில் திறக்கும்' வல்லமை கொண்ட பாடல். நவீன கவிதையிலும் நவீன கவிஞர்களுடனும் பரிச்சயம் உள்ள நா.முத்துக்குமாரின் சினிமா வரவு, செல்வராகவன், யுவன்சங்கர் ஆகியோர் கூட்டணியில் நல்ல பாடல்கள் தந்தது. 7 ஜி ரெயின்போ காலனி பாடல்களில் நவீன கவிதையின் பல கூறுகள் சினிமா மெட்டில் அழகாக அமைந்திருந்தன. "நடைபாதைக் கடையில் உன் பெயர் படித்தால் நெஞ்சுக்குள் ஏதோ மயக்கங்கள் சேர்க்கும்", "காற்றில் இலைகள் பறந்த பின்னும் கிளையின் தழும்புகள் அழிவதில்லை", காதல் படத்தில் "மின்சாரக் கம்பிகள் மீது மைனாக்கள் கூடு கட்டும் நம் காதல் தடைகள் தாண்டும்" என்று பல தெறிப்புகளை மின்ன வைத்தவர் நா.முத்துக்குமார். இரண்டு தேசிய விருதுகளைத் தமிழ் சினிமாவுக்குப் பெற்றுத் தந்தவர். அவரது கால கட்டத்தில் 'ஒவ்வொரு பூக்களுமே சொல்கிறதே வாழ்வென்றால் போராடும் போர்க்களமே..' பாடல் எழுதி தேசிய விருது பெற்றுத் தந்தவர் பா.விஜய். இன்னும் கபிலன், யுகபாரதி, லலிதானந்த் போன்ற பல புதிய வரவுகளால் தமிழ் சினிமாப் பாடல்கள் புதிய தடங்களில் பயணித்துக் கொண்டிருக்கிறது.

இந்தப் பாடலாசிரியர்களின் தொகுப்புகளைப் பார்க்கையில் தமிழில் இவை நவீன தனிப்பாடல் திரட்டு ஆக உருவெடுத்திருப்பது புலப்படுகிறது. தமிழில் நாடகக் கலையிலிருந்து உருவான தமிழ் சினிமா, விடுதலைப் போராட்டத்திற்குப் பின் தனக்கு வேலையில்லை என்று வேறு வழியைத் தேடிக் கொண்டதில்லை. எந்த மொழியிலும் இல்லாத வகையில் இங்கே சமூக நீதிக்கான ஒரு அரசியலை முன்னெடுத்தது தமிழ் சினிமா. அந்த முன்னெடுப்பு எவ்வளவு தூரம் இன்றும் சாத்தியப்படுகிறது என்று தெரியவில்லை. ஆனால் ஒரு கால கட்டம் வரை அந்த சாத்தியப்பாட்டிற்கான தமிழ் சினிமாவின் முயற்சிகளில் முன் நின்று பங்களித்ததும், வெகுமக்கள் பண்பாட்டிற்கு அந்நியம் என்று கருதப்பட்ட இசையைப் பாமரனின் நாவில் நடமிட வைத்துப் பொதுமைப் படுத்தியதும் தமிழ் சினிமாப் பாடல்களும் பாடலாசிரியர்களுமே என்பதில் சந்தேகம் இல்லை. சினிமாப் பாடல்கள் என்பது மக்கள் இசை, மக்கள் கலை.

10
நச்சென்று நாலு வார்த்தை...

கே. எஸ்.கோபாலகிருஷ்ணன் எம்.ஜி.ஆரை வைத்து ஒரு படம் தயாரிக்கப் போவதாக, தினத்தந்தி பேப்பரில், ஒரு முழுப்பக்க விளம்பரம் வெளிவந்தது. எம்.ஜி.ஆர் படம் விளம்பரம் வந்தால் தந்தி பேப்பர், வழக்கத்தை விட கூடுதலான பிரதிகள் அச்சாகும். அப்படியும் அன்றைக்கு காலையில் பேப்பர் கிடைக்கவில்லை. 'தங்கத்திலே வைரம்' என்று படத்தின் பெயரே இரண்டு பெரிய திரை ஆளுமைகளின் இணைவைச் சொன்னது. விளம்பரம் வந்த அன்று கே.எஸ்.ஜி பேட்டியும் கொடுத்திருந்தார். பிரம்மாண்டமான ஒரு (சரித்திர) நாயகனைப் பற்றிய கதை அது. அதற்காகத் தன் முழு உழைப்பையும் செலுத்தப் போவதாகவெல்லாம் சொல்லி இருந்தார். அதில் ஒரு முக்கியமான வரி எனக்கு பிடித்திருந்தது. அப்பேர்ப்பட்ட நாயகன் படத்தில் அறிமுகமாகும்போது எப்பேர்ப்பட்ட வசனத்தைச் சொல்ல வேண்டும். அவன் பேசும் ஒரு வார்த்தையே அவனது ஆளுமையை முழுதாக வெளிப் படுத்த வேண்டும் அல்லவா, அதையெல்லாம் கவனத்தில் கொண்டு படமெடுக்கப் போகிறேன் என்பது போல் சொல்லி இருந்தார்.

அந்தப் படம் வரவே இல்லை. தயாரிக்கவே படவில்லை. அது வேறு விஷயம். வந்த படங்களில் அந்த அம்சம் இருந்ததா,

யோசிக்கிறேன். மகாதேவி படத்தில் எம்.ஜி.ஆர் அறிமுகம் ஆகும் போது "புலி பறக்கிறது தோழர்களே புலி பறக்கிறது, கொக்கு பறக்கும், குருவி பறக்கும் ஆனால் இதோ புலி பறக்கிறது, புலிக் கொடி பறக்கிறது தோழர்களே, என்று சாளுக்கியர்களை வென்று விட்டு கோட்டையின் மீது புலிக் கொடியை ஏற்றி வைத்து முழக்கமிடுவார். அதற்கு வசனம் கண்ணதாசன். உதவி: நாகூரைச் சேர்ந்த செய்யது ஹாஜா மொஹைதீன் என்கிற ரவீந்தர். மகாதேவியில் மட்டுமல்ல அப்போதைய படங்களில் நச்சென்ற வசனங்களை வில்லன் வீரப்பாதான் அதிகம் பேசுவார். மகாதேவி படத்தில் சாவித்ரியைக் கைது செய்யும் ஆரம்பக் கட்டங்களிலேயே அறிமுகமாகி விடும் கருணாகரன் என்ற பெயரிடப்பட்ட வீரப்பாவின் வாள் வீச்சுடன் வாய் வீச்சும். கொஞ்சமும் பணியாமல் எதிர்த்துப் போரிடும் சாவித்ரியிடம் "அப்பா அப்பாவி, மகள் அகம்பாவி" என்பார். அதில்த்தான், "மணந்தால் மகாதேவி இல்லையேல் மரணதேவி" என்னும் வீரப்பாவின் பிரபலமான 'நச்' வசனமும். இன்னொன்று, கதைப்படி வேறு வழியின்றி எம்.என்.ராஜத்தை மணந்து கொள்வார் வீரப்பா. முதல் இரவில் ராஜம், 'அத்தான்' என்று அன்பொழுகக் கூப்பிடுவார். அவர் கூப்பிட்டு வாய் மூடும் முன், வீரப்பா, "ஆஹா, இந்த சத்தான வார்த்தையில் கருணாகரன் செத்தான்" என்று டைமிங்கோடு சொல்லுவார். இன்னொரு காட்சியில் "கண்ணீரிலே சட்டம் கரைந்து விட்டால், நீதி சுடுகாடு நோக்கிப் போய்விடும், அழுது பயனில்லை மகாதேவி" என்று ஒரு வசனம்.

நாடோடி மன்னன் படத்தில், சரோஜா தேவி அப்பா என்பார். வீரப்பா, "அப்பா ஒரு அப்பாவி" என்பார். அதில் அவரது கையாளாக வரும் சக்ரபாணி, குருநாதரே ஒன்றுமே புரியவில்லையே என்பார், "சொன்னாலும் புரியாது மண்ணாளும் வித்தைகள்," என்று சொல்லிவிட்டு ஒரு வெடிச் சிரிப்பை உதிர்ப்பார். நாடோடி மன்னன் படத்தில் அடிக்கடி எம்.ஜி.ஆர், "மன்னனல்ல மார்த்தாண்டன்" என்று சொல்லி விட்டு மூக்கு உறிஞ்சும் ஸ்டைலான மேனரிசத்தைச் செய்யாத சக மாணவர்களே பள்ளியில் கிடையாது. வீரப்பா, சிவகங்கைச் சீமை என்றுதான் நினைவு, 'இந்த நாடும் நாட்டு மக்களும் நாசமாகப் போகட்டும்..' என்பார். "ரத்த ஓட்டத்திலிருந்து பாசத்தைப் பிரித்து விடு, இதயம் சுத்தமாகிவிடும். மண்டை ஓட்டின் மீது நடந்து மண்டலத்தை ஆண்டவர் பலர், தன் தம்பியின் பிணத்தின் மீது நடந்து தரணியை ஆளப் போகிறவன் உன் கணவன்." "வாழத் தெரியாதவன் வறண்டுபோன தத்துவங்களின் பிரதிநிதி, ஜெயிக்கும் கட்சியிலே சேரத் தெரியாதவன் போராடுபவர்கள் கட்சியிலே சேர்ந்து புத்தி

இழந்தவன்...” மந்தை ஆடுகள் மக்கள், வாழ்ந்து காட்டுகிறேன் பார், வருக வருகவென வாழ்த்துரைக்கச் செய்கிறேன் பார்... இன்றைக்கும் நம்மை முட்டாளாக்கி வேடிக்கை பார்க்கும் அரசியல்வாதிகளை அன்றே (1959) தோலுரித்துக் காட்டி இருக்கிறர் கவிஞர் கண்ணதாசன். வீரப்பாவின் குரலும் அச்சுப் பிசகாத உச்சரிப்பும் தேவையான கொடூரத்தைக் கொண்டு வரும். அதுவே சமயத்தில் வெடிச் சிரிப்பையும் கொணரும். உதாரணமாக வஞ்சிக் கோட்டை வாலிபனில், அவர் சொல்லுகிற “சபாஷ் சரியான போட்டி.” கிட்டத்தட்ட 60 வருடங்களாகியும் மங்காத புகழுடன் காதுகளில் ஒலிக்கிறது. அதைக் கேட்கிற போது நம் உதடுகளில் ஒரு புன்னகை நெளியும்.

மர்ம யோகி படத்தில் ஒரு வகையான ராபின் ஹூட் பாத்திரத்தில் கரிகாலன் என்ற பெயரில் எம்.ஜி.ஆர். வருவார். அம்பு எய்வதிலும் கத்தி வீசுவதிலும் குறி தவறாதவர். கரிகாலன், “குறி வைத்தால் தவறமாட்டேன் தவறுமானால் குறி வைக்க மாட்டேன்” என்று, ‘சத்தக்’ என கத்தி மகுடத்தை தட்டிப் பறிக்கையிலோ, காலடியில் நகர முடியாமல் அம்பு தைக்கும் போதோ தவறாமல் சொல்லுவார். அந்தக் காலத்தில் இதைச் சொல்லிக் கொண்டு, மூங்கில் வில்லை வைத்துக் கொண்டு திரிந்ததாக ஒரு அண்ணன் சொல்லுவார். பின்னால் ‘ஒளிவிளக்கு’ படத்திலும், கத்தி எறிவதில் சமர்த்தராக வந்து, “ஏய், ரத்தினம் நகராதெ, நான் குறி வச்சா தப்பாது அது உனக்கே தெரியும்” என்பார், எம்.ஜி.ஆர். மர்மயோகிக்கு வசனம் ஏ.எஸ் ஏ.சாமி. பின்னது சொர்ணம். ஏ எஸ் ஏ சாமி ஆங்கிலத்திலிருந்து தமிழுக்கு நிறைய இறக்குமதி செய்தார். ஷேக்ஸ்பியரின் பாதிப்பில்தான் இந்திய, தமிழ் சினிமாக் காட்சிகளை வசனங்கள் மூலமாகவே நகர்த்தும் பழக்கம் வந்திருக்கும் என்று நினைக்கிறேன். மர்ம யோகியில் மாக்பெத்தின் சாயல் தெரியும்.

எம்.ஜி.ஆர் படங்களுக்கு புதிய வசனகர்த்தாவாக பந்துலு ஆர்.கே .சண்முகத்தைக் கொண்டு வந்தார். ஆயிரத்தில் ஒருவன் ‘மணி மாறன்’ பாத்திரப் படைப்பு பிரம்மாண்டம் நிறைந்தது. எம்.ஜி.ஆர் அறிமுகமாகும் முதல்க் காட்சியில் ‘வெற்றி, வெற்றி, வெற்றி அழகா, வெற்றி’ என்று பிரமாதமான சிரிப்புடன் ஆரம்பிப்பார். நாகேஷ், ‘என்னண்ணேன் நீங்க போருக்கு போனாலும் வெற்றி, பாம்பு புஸ்ஸுன்னாலும் வெற்றியா,’ என்பார் பதிலுக்கு. தேவர் பிலிம்ஸ் படங்களின் முதல் நாள் படப்பிடிப்பில் எம்.ஜிஆரோ அல்லது கதாநாயகியோ வெற்றி வெற்றி மாபெரும் வெற்றி என்று

சொல்லித்தான் 'ஷூட்' செய்வார்கள். அது அநேகமாக ஒரு பாடல்க் காட்சிக்கான ஆரம்ப வசனமாக இருக்கும். படத்தின் முதல்க் காட்சியாக இருக்காது. ஆயிரத்தில் ஒருவன் வசனங்கள் ரசிகர்கள் மத்தியில் வெகுவாகப் பிரபலமாயின. "நிலைத்து நிற்கும் என் அதிகாரத்தின் ஆழம் புரியவில்லை உனக்கு." என்று மனோகர் கொக்கரிக்க, எம்.ஜி.ஆர், "உங்கள் அதிகாரம் என்ன சிலப்பதிகாரமா என்றென்றும் நிலைத்து நிற்பதற்கு," என்று பதில் சொல்லுவார். கைதட்டல் பறக்கும். அதிலேயே நம்பியாரும் எம்.ஜி.ஆரும் மோதும் போது, நம்பியார் "மதங் கொண்ட யானை என்ன செய்யும் தெரியுமா,' என்று சொல்ல, சினங்கொண்ட சிங்கத்தின் முன் தோற்று ஓடும்" என்று பதில் வரும். தோல்வியையே அறியாதவன் நான் என்ற மிரட்டலுக்கு 'தோல்வியையே எதிரிக்கே பரிசளித்துப் பழகியவன் நான்' என்று வரும் பதில் மிரட்டல். தியேட்டரில் விசில் காதைப் பிளக்கும்.

ஆயிரத்தில் ஒருவனில் (1965) எஸ்.வி.ராமதாஸும், ஜெயலலிதாவும் பேசிக் கொள்ளும் உரையாடல் இன்றைக்கும், அரசியல் மீம்ஸ்களில் மிகப் பிரபலம். "பூங்கொடி, சீக்கிரத்தில் இந்தத் தீவே சொர்க்கபுரியாகி விடும் போலிருக்கிறது. எல்லாம் இந்த அடிமைகளின் உழைப்பால்தானே சந்தேகமென்ன நமக்கு வாய்த்த அடிமைகள் மிக மிகத் திறமைசாலிகள் ஆனால் வாய்தான் காதுவரை இருக்கிறது." ரிக்ஷாக்காரனுக்கும் ஷண்முகம்தான் வசனம். ராமதாஸும் எம்.ஜி.ஆரும் போடும் சண்டைக் காட்சிக்கு முன்னால் பேசிக் கொள்ளும் வசனம்: ராமதாஸ், "புடிச்சா கசங்கற பச்சிலை நீ" "நான் பச்சைலைதான் ஆனா உன்னைப் போல எச்சி இலை இல்லை" நல்ல வேளை அப்போது ரெட்டை இலை இல்லை. உதய சூரியனில் ஒண்ணா இருந்தார் தலைவர். இல்லைன்னா அதையும் வசனத்தில் சேர்த்து 'பஞ்ச்' பண்ணிருப்பாங்க. திருடாதே படத்தில் எம்.ஜி.ஆரைக் குறித்து எம்.என்.ராஜத்திடம் நம்பியார் பேசும் வசனம், "யாரு பாலுவா, அவன் கழுவுன மீன்ல நழுவின மீன்ல்லா". இதையும் மக்கள் தங்கள் தினசரிப் புழக்கத்தில் உபயோகித்தனர்.

பக்கம் பக்கமாக வசனம் பேசினாலும், ஓரிரண்டு வார்த்தைகள் மனதில் தைத்துவிடும். மக்களும் தங்கள் பேச்சுக் கிடையே அதைப் பயன் படுத்திக் கொள்வார்கள். கட்டபொம்மன் வசனத்திற்காகவே எடுக்கப்பட்ட படம். சக்தி. டி.கே. கிருஷ்ணசாமி வசனம். சக்தி நாடக சபா வைத்து கட்டபொம்மன் நாடகமெல்லாம் நடத்தியவர். பாரதிதாசனின் தாசன். அதில் பல வசனங்கள்

பலருக்கும் மனப்பாடம். வெள்ளையரும் எட்டப்பனும் என்ன சதி செய்கிறார்கள் என்று வெள்ளை அரண்மனையில் வேவு பார்க்க சரியான ஆளைத் தேடும் போது ஜெமினிகணேசன் நான் போகிறேன் என்று சொல்ல நீ வேகமானவன் காரியம் கெட்டு விடும் என்பார் கட்டபொம்மன். காமெடியன் கருணாநிதி நான் போகிறேன் என்றதும், "பொடியன் பொருத்தமானவன் போய் வா" என அனுப்புவார். அந்தக் காலத்தில் வகுப்பில் சார்வாள் கூட எதற்காவது யாரையாவது (வேற எதுக்கு காபி, டீ வாங்கத்தான் சிகரெட் வாங்க பெரிய பையனுங்க) அனுப்பும் போது பொடியன் பொருத்தமானவன் போய் வா என்று அனுப்புவார்கள்.

ஒரு படத்தில் சொல்லப்படும் காமெடி வசனங்களும் அதிகப் பிரபலமாகி விடும். அடுத்த வீட்டுப் பெண் படத்தில் "எது எது எப்ப எப்ப எப்படி எப்படி நடக்கணுமோ, அது அது அப்ப அப்ப அப்படி அப்படி நடக்கும் என்று எம்.ஆர்.சந்தானம் (இயக்குநர் சந்தான பாரதியின் அப்பா) சொல்லுவது ரொம்ப பிரபலம். எங்க வீட்டு மகாலட்சுமி படத்தில் தங்க வேலு," எதற்கெடுத்தாலும் "அட, உன்னைத் தூக்கி வெயிலில போட" என்பார். இது எற்கெனவே என்.எஸ்.கே இன்னொரு படத்தில் சொல்லிய வசனம். எ.வீ. மகாலட்சுமிக்கு வசனம் ஸ்ரீதர். ஸ்ரீதரின் காதலிக்க நேரமில்லை படத்தில் " தெய்ர் யூ ஆர்..(There you are) என்று அடிக்கடி நாகேஷ் சொல்லுவார். நம் நாடு படத்தில் தங்கவேலு அடிக்கடி "ஆஹா ஓஹோ பேஷ் பேஷ்" என்று வெவ்வேறு மாடுலேஷனில் சொல்லுவார். படம் வெற்றி பெற்று இரண்டாம் வார விளம்பரங்களில் எல்லாம் ஆஹா ஓஹோ பேஷ் பேஷ் என்று போட்டுத்தான் கொண்டாடி இருப்பார்கள். தெய்வப் பிறவி படத்தில், ராமாராவ் அடிக்கடி "ஐயா தெரியாதையா நீ இப்படிக் கேப்பீருன்னுட்டு" என்று அடிக்கடி சொல்லி அப்பளாச்சாரி ராமாராவ் ஆக இருந்தவர் ஐயா தெரியாதய்யா ராமாராவ் ஆனார். அதேபோல 'நான்' படத்திலிருந்து கண்ணையா 'என்னத்தெ கண்ணையா' ஆனார். அதிலிருந்து யார் எப்போது சலித்துக் கொண்டாலும் என்னெத்தெ சொல்லி என்னத்தெ கிழிச்சு என்று ஆரம்பிப்பார்கள்.

பணமா பாசமா படத்தில் விஜய நிர்மலா, "அலேக்" என்று சொல்லிச் சொல்லி அது தமிழ்நாட்டையே பிடித்துக் கொண்டது. அவரும் அலேக் நிர்மலா ஆகி விட்டார். பதினாறு வயதினிலே படத்தில் ரஜினி, "இது எப்படி இருக்கு" என்று சொன்னதுதான் அவருக்கான பஞ்ச் டயலாக்கிற்கான முதல் ஸ்டைல் ஆரம்பம். பராசக்தியில் கலைஞரின் "ஓடினாள்

ஓடினாள் வாழ்க்கையின் ஓரத்திற்கே ஓடினாள்" இன்றைக்கும் சூப்பர் ஹிட்டான பஞ்ச் டயலாக். சீரியஸான இந்த வசனத்தை பூம்புகார் படத்தில், நகைச்சுவைக் காட்சியில் ஓடினாள் ஓடினாள் வீட்டின் ஓரத்திற்கே ஓடினாள் என்று தானே நகைச்சுவையாகப் பயன்படுத்தி இருப்பார். இருவர் உள்ளம் படத்தில், வக்கீல் எம்.ஆர். ராதா சொல்லும் 'லாஜிக்கா மேஜிக்கா' வார்த்தைகள் பிரபலம். கலைஞரின் ஹ்யூமர் சென்ஸுக்கு இது உதாரணம்.

தமிழ் சினிமா, வசனத்திலேயே வளர்ந்து நிலைத்த ஒன்று. ஸ்ரீதருக்குப் பின்னால் வந்த பாலசந்தர் கூட வசனத்தையே நம்பி இருந்தார். சொல்லத்தான் நினைக்கிறேன் படத்தில் எஸ்.வி. சுப்பையா பணி ஓய்வு பெற்று வீட்டில் இருக்கும் வெட்டி ஆபீஸர். அவர் பேசினாலே வில்லங்கம்தான். மூன்று பெண்களைப் பெற்ற அவரின் முதல்ப் பெண்ணுக்கு கல்யாணம் தட்டிக் கொண்டே போகும். பெண் பார்க்கும் படலம் ஒன்றில் அவரை எதுவும் பேசக் கூடாது என்று சொல்லியே சபையில் உட்கார வைத்திருப்பார்கள். வழக்கம் போல மாப்பிள்ளை வீட்டார் ஏதோ கேட்க, நான் மூனே மூனு வார்த்தை பேசிக்கிடலாமா என்று கெஞ்சுவார். சரி என்று சொன்னதும், "வெளியே போங்கடா முண்டங்களா" என்பார். தியேட்டரே சிரிக்கும். இதே காட்சி மறு படி வேறு விதமாக அரங்கேறும். அப்போதும் ரெண்டே ரெண்டு வார்த்தை பேசிக்கிடுதேம்மா என்று குட்டிப் பெண்ணான ஜெய சித்ராவிடம் கெஞ்சுவார். சரி பேசுங்க என்றதும், "பொண்ணாப் பிறக்கக் கூடாதும்மா பொண்ணாப் பொறக்கவே கூடாது" என்பார். அந்த நச்சென்ற வார்த்தையில் தியேட்டரே நிசப்தமாகி விடும். இது பாலச்சந்தரின் பன்ச்.

அந்தக் காலத்து பாதாள பைரவி படத்தில் என்.டி.ராமாராவ் அடிக்கடி சொல்லும் டயலாக், "உள்ளதைச் சொல்லவா, உண்மையை இல்லையென்று சொல்லவா" பாக்தாத் திருடன் படத்தில், டி.எஸ் பாலையா தன் தளபதி அசோகனைப் பார்த்துச் சொல்லுவார், "உன்னைத் திட்டித் திட்டி என் நாக்கில் பாதியைக் காணும்". அவரே காதலிக்க நேரமில்லை படத்தில், "அசோகரு உங்கரு மகரா.." என்பார். அதெல்லாம் அப்போதைய 'நச்ச்' வார்த்தைகள் இப்போதைய பன்ச்கள்', "ஒரு தரம் முடிவு பண்ணிட்டா என் பேச்சை நானே கேட்க மாட்டேன்" என்பது போல பின் நவீனத்துவ காலகட்டத்தின் வெளிப்பாடாக வருகின்றன. அதில் தர்க்கம் எல்லாம் பார்க்கக் கூடாது. இதெல்லாம் லாஜிக் இல்லை, மேஜிக்.

11
கதையில் கவிதையில் கலந்தே வாழுவோம்

ஒரு தலைக் காதல்

"என்ன செய்தும்
இவன் காலடியில்
தலை வைத்துப்
பணிய மறுக்கிறது நிழல்
இவனின் நிழல்"

என்று 1970களில் ஒரு கவிதை எழுதினேன். நமது நிழல் நம் காலடியில் தலை வைத்து வணங்குமா? அது நடக்கவே முடியாத விஷயமாயிற்றே என்கிற திடீர் அவதானிப்பு ஒரு தீப்பொறி போலப் பற்றிக் கொண்டது. பொதுவாகவே கவிஞர்கள் இயற்கையாகக் கண்ணில் படும் ஒரு விஷயத்தை வாழ்க்கையின் எதனுடாவது பொருத்திப் பார்ப்பது வழக்கம். நாணயத்தின் இரண்டு பக்கம் போல. எனக்கு, நடக்கவே முடியாத இந்தப் படிமத்தை நம் வாழ்க்கை நாணயத்தின் எந்த ஒரு பக்கத்தின் மறு பக்கமாக்கலாம் என்று தோன்றிய போது, சட்டென்று இவளது மறுப்பினால் புண்

பட்ட மூளையில், ரத்தக் கசிவாய் "ஒரு தலைக் காதல்" என்று ஒரு தலைப்புத் தோன்றியது. இரண்டையும் இணைத்ததும் வாசகனுக்கு ஒரு கவிதையும், கவிஞனுக்கு இரண்டு சொட்டுக் கண்ணீரும் மிஞ்சின.

காதலுக்காக இவ்வளவு உருக வேண்டுமா என்று புதிய தலை முறையினர் கேட்பது புரிகிறது. ஆனால் "நிறைவேறாத ஆசை வளர்வதும் ஏனோ, நிலை பெறாததும் ஏனோ, விதிதானோ" என்றும் "அடைய முடியாப் பொருளின் மீது ஆசை தீராது அபிமானம் மாறாது" என்றும் உருகுவது தேவதாஸ் காலத்திலிருந்து எங்கள் காலத்திற்கும் நீண்டது. அந்த அமர காவியம் இப்படி விரிகிறது. ஜமீந்தார் தேவதாஸும், ஏழை பார்வதியும் கொண்ட இளம் பிராய இருதலைக் காதல் நிறைவேறாமல் போனது மட்டுமல்ல, தாசியாக வருகிற சந்திரமுகி, தேவதாசைப் பார்த்த கணத்திலிருந்து தன் பணம், வாழ்க்கை, வசதி எல்லாம் போனாலும் போகட்டும் என்று அவன் மீது கொண்ட ஒருதலைக் காதலும் நிறைவேறாமல் போகிறது.

"என் அன்பே பாவமா
அதில் ஏதும் வேதமா
ஆவல் கொண்ட பேதை
எந்தன் காதல் பாவமா"

என்று அரற்றுகிறாள்.

இன்றைக்கு 101 வருடங்களுக்கு முன்னால் சரத் சந்திரர் வங்காள மொழியில் எழுதிய நாவல் தேவதாஸ். ஒரு நூற்றாண்டு கடந்தும் இந்தத் துன்பியல்க் கதையின் உயிர்ப்பு அழியவேயில்லை, நாகேஸ்வரராவ் சாவித்ரி லலிதா நடித்த தேவதாஸ் (1953) படத்தை இப்போது பார்த்தாலும் சந்திரமுகியின் இந்தத் துயரக் கேள்விகள் நமக்குள் நம் சோக நினைவுகளை மீட்டி விடும்.

இதில் லலிதா ஏற்று நடித்த சந்திரமுகி பாத்திரமே எனக்கும் வண்ண நிலவனுக்கும் அதிகம் பிடிக்கும். ஆனால் நான் பிள்ளைப் பிராயக் காதலினால் அவதிப்பட்டவன். சொல்லப்பட வேண்டிய நேரத்தில் சொல்லப்படாத காதல் கொல்லாமல் போகாது. 1980இல் வெளிவந்த ஒருதலை ராகம் படம் அப்படியொரு காதலைச் சொல்லுகிற படம். 1980இல் கொஞ்சம் நவீனமான இன்னொரு தலை முறை புறப்பட்டு விட்டாலும் பெண்ணிடம் காதலைச் சொல்லுவதில் தயக்கம் இருந்தது. இது இளஞர்களிடையே பொதுக் குணமாக அன்றும் இருந்ததால் 'ஒருதலை ராகம்' பெரும் வெற்றிப்

படமாக அமைந்தது. தேவதாஸ் படத்தின் பாடலுக்கு எப்படி 1950களின் ரசிகர்கள் உருகிக் கரைந்தார்களோ அதே போல ஒருதலை ராகம் பாடல்களும் சகாப்தம் படைத்தன. "வாசமில்லா மலரிது வசந்தத்தை தேடுது, வைகையில்லா மதுரை இது மீனாட்சியைத் தேடுது" போன்ற எளிமையான வரிகளும், "ரயில் பயணத்தில் துணையாய் அவள் வந்தாள் உயிர்ப் பயணத்தின் முடிவாய் அவள் நின்றாள்," போன்ற வரிகளுடன் ஒரு இசைக்காவியமாக இருந்தது. திரைப்படத்தில் காதல் தோற்று பாடல் ஜெயிக்கிறது என்று டி.ராஜேந்தர் இதில் நிரூபித்தார். நிஜத்தில் காதல் மடிந்து கவிதை ஜீவிக்கிறது, பல கவிஞர்களிடத்தில்

இந்த இரண்டு படங்களுக்கும் நடுவில் பல அருமையான காதல்ப் படங்கள் வந்துள்ளன. அன்றும் இன்றும் பல ஆளுமை மிக்க திரைக்கலைஞர்களுக்கு காதல் மீது காதல் இருந்திருக்கிறது. ஸ்ரீதர் போன்ற இயக்குநர்கள், கண்ணதாசன் போன்ற கவிஞர்கள் பலருக்கும் ஏதோ ஒரு இழந்து போன காதல்ச் சோகம் உண்டு என்று எண்ணுகிறேன். கல்யாண பரிசு படத்தில் விஜயகுமாரி ஜெமினிகணேசன் மீது கொள்ளும் ஒருதலைக் காதலை, வெற்றியாக்க சரோஜாதேவியும் ஜெமினியும் தங்கள் காதலைத் தியாகம் செய்து தங்களையே வதைத்துக் கொள்வார்கள்

"பாசத்திலே பலனைப் பறி கொடுத்தாள்
கனிந்தும் கனியாத உருவெடுத்தாள்"

என்று நாயகியையும்,

"இன்பத்தினை விதிக்கு இரை கொடுத்தான்
இருந்தும் இல்லாத உருவெடுத்தான்"

என்று நாயகனையும் அழவிட்டு நம்மையும் அழவிடுவார்கள் ஸ்ரீதரும் பட்டுக்கோட்டை கல்யாண சுந்தரமும். ஸ்ரீதரின் வெண்ணிற ஆடை படத்தில் ஜெயலலிதா, மனோ வியாதியிலிருந்து மீட்ட மருத்துவரை ஒருதலையாய் விரும்புவார். அவர் ஏற்கெனவே நிர்மலாவைக் காதலிக்கும் செய்தியும், தானும் கணவனை இழந்தவள் என்பதும் தெரிந்து வெண்ணிற ஆடைக்குள் புகுந்து கொள்வார். இருதலைக் காதலை வாழ வைப்பார். அருமையான படம். மக்கள் ஸ்ரீதரிடம் இன்னொரு காதலிக்க நேரமில்லை படத்தை எதிர் பார்த்ததால் இந்தச் சின்னஞ்சிறு காதல் கதை எடுபடவில்லை. ஸ்ரீதருக்கு காதல் கதைகள் செல்லப் பிள்ளைகள் போல. 'அவளுக்கென்று ஓர் மனம்' படமும் நன்றாக ஓடியிருக்கவேண்டிய படம். கதாநாயகி லலிதா தன் அத்தை மகனைக் காதலிப்பாள். அவனோ மீனாவைக்

காதலிப்பான். காதலனது விருப்பத்தை நிறைவேற்றி வைத்து விட்டு, மீனாவைக் காப்பாற்ற, வில்லனின் மிரட்டலுக்கெல்லாம் இணங்கி கடைசியில் அவனையே கொன்று விட்டு சிறைக்குச் செல்லுவாள், அவளுக்கென்று எந்த மனமும் இல்லாமல் காதலனை அல்லது காதலியை இழந்து விட்டு அவர்களின் நல் வாழ்வுக்காக பல தியாகங்கள் மேற்கொண்டு காதலின் புனிதத்தைக் காப்பாற்றும் கதைகள் நிறைய உண்டு. ஸ்ரீதரின் நெஞ்சில் ஓர் ஆலயம். பாலச்சந்தரின் காவியத் தலைவி போல. ஆனால் அதிலெல்லாம் ஒருதலையான காதல் இருக்காது. ஸ்ரீதரின் அழகே உன்னை ஆராதிக்கிறேன் படத்தில் விஜயகுமார், லதாவை ஒருதலையாய்க் காதலிப்பார், லதா வில்லன் ஜெய்கணேஷை நம்பி இரண்டு முறை ஏமாந்து அவனைக் கொன்று விட்டு தானும் செத்துப் போவார். அவளுக்கென்று ஒரு மனம் சாயலில் இருந்தது, ஆனாலும் ஸ்ரீதரின் முத்திரைகள் அங்கங்கே பளிச்சிடும். விஜயகுமாரை ஒருதலையாக் காதலிக்கும் ஒரு ஜெண்டில்மேனாகக் கடைசி வரைக் காண்பித்திருப்பார். (பிறகு நாங்கள்ளாம் யாராம் என்று மனக்குறளி கேட்கிறது)

ஒருதலைக் காதலினை உயர்வாகச் சொன்ன இன்னொரு கிளாசிக் பாலச்சந்தரின் 'தாமரை நெஞ்சம்'. சரோஜாதேவி சிறப்பாக நடித்த படங்களில் இதுவும் ஒன்று. வாழ்க்கையில் தனித்து விடப்பட்ட பெண்ணான கமலி (சரோஜாதேவி) தாயற்ற சில பணக்கார வீட்டுக் குழந்தைகளைக் கவனித்துக் கொள்ளும் பொறுப்பை ஏற்கிறார். குழந்தைகளின் தந்தை சுந்தரராஜன். அவரது தம்பி ஜெமினி கணேசன். அவர் கமலியின் சிநேகிதி வாணிஸ்ரீயைக் காதலிக்கிறார். சரோஜாதேவி ஜெமினியைக் காதலிக்கிறார். ஒருதலையாய். ஜெமினியும் தன்னை விரும்புவதாக நினைத்துக் கொள்ளும் கமலி அவர் தன் தோழியை விரும்புவது தெரிந்து தன் மனதுக்குள்ளேயே காதலை அடக்கிக் கொள்கிறார். எழுத்தாளராகவும் மாறிவிடும் கமலி. தன் கதையையே பத்திரிகையில் தொடராக எழுதுகிறார்.

கதையின் சம்பவங்களும் சினிமாவின் சம்பவங்களும் இணையாகச் செல்கின்றன. அவள் எழுதும் கதையின் நாயகி பங்கஜமும், நிஜ நாயகி கமலியும் ஒரே நேரத்தில் தற்கொலை செய்கிறார்கள். 12 தூக்க மாத்திரைகளை மேஜையில் வரிசைக்கு மூன்றாய் நான்கு வரிசைகளில் அடுக்கி ஒவ்வொன்றாய் விழுங்குகிறாள் கமலி. இதை, அவள் மரணம் நிகழும் ஒவ்வொரு நொடியினையும், நேரலை ஒலி பரப்பு போல, நாகேஷிடம் ஃபோனில் சொல்கிறாள். அழகாகச் செதுக்கப்பட்ட கிளைமாக்ஸ் காட்சி இது. இந்தப் பாதிப்பில், நானும் இதே போல 16 மாத்திரைகளை வரிசைக்கு நான்காக நான்கு

வரிசை அடுக்கி விழுங்கினேன். ஆனால் ஆன்டி கிளைமாக்ஸாக நான் சாகவில்லை. இதோ உங்கள் நேரத்தை வீணடிக்க இதை எழுதிக் கொண்டிருக்கிறேன். கறுப்பு வெள்ளையின் கிளாசிக் படம் இது. பாலச்சந்தரின் இன்னொரு ஒருதலைக் காதல் கிளாசிக் "சொல்லத்தான் நினைக்கிறேன்" படம். தலைப்பே சொல்லி விடும் கதையினை. ஸ்ரீவித்யா சிவகுமாரை ஒருதலையாகக் காதலிப்பது, சிம்ப்ளி சூப்பர்ப்.

சிலப்பதிகார காலத்திலிருந்து கண்ணகி மாதவி போல, திரைப்படத்தின் ஆரம்ப காலங்களிலிருந்து அநேகமாக படத்திற்கு இரண்டு கதாநாயகிகள் வேண்டும். அதில் ஒரு கதாநாயகி நாயகனை ஒருதலையாய் விரும்புவாள். ஒரு டூயட் கூட கனவில் பாடுவாள். அப்புறம் அண்ணன் தங்கையாகி விடுவார்கள். உ.சு.வாலிபனில் வரும் மேட்டா ரூங்கிரெட் என்கிற தாய்லாந்து கதாநாயகி உட்பட. ஆனால் பாசம் படத்தில் எம்.ஜி.ஆர். ஷீலாவை விரும்புவார். அவரோ எம்.ஜி.ஆரின் அண்ணன் கல்யாண் குமாரை விரும்புவார். மாறாக சரோஜாதேவி எம்.ஜி.ஆரைக் காதலிப்பார். முடிவில் சாகப் போகிற சரோஜாதேவியின் கழுத்தில் தாலி கட்டி விட்டு சுமங்கலியாகச் சாகவிடுவார். தானுமே செத்துப் போவார்.

உழைக்கும் கரங்கள் படத்தில் தேவதாசியாக வரும் நாட்டியக்காரி பவானி,(அறிமுக நடிகை) எம்.ஜி.ஆரை ஒருதலையாகக் காதலிப்பார். நாயகனை நாயகியுடன் இணைத்து அவர்கள் முதல் இரவின் போது அறைக்கு வெளியே இருந்து, "கந்தனுக்கு மாலையிட்டாள் கானகத்து வள்ளி மயில்" என்று பாடுவார். கவிஞர் முத்துலிங்கத்தின் அருமையான பாடல்:

"தேவனைத் தேடிச் சென்றேன் / தேவியுடன் அவன் வந்தான் / வீணையுடன் நான் நின்றேன் / விதியை எண்ணிப் பாடுகின்றேன்" என்று பாடுவதைக் கேட்டு நாயகி லதா, கந்தனுக்கு இரண்டு மனைவி தானே அவளையும் கட்டிக் கொள்ளுங்கள் என்பார். ஏதுடா புதுசா இருக்கே கதை என்று யோசிக்கும் போதே, எம்.ஜி.ஆர். "ஒருவனுக்கு ஒருத்தி என்பது தான் பண்பாடு என்று மறுத்து விடுவார். ஒளிவிளக்கு படத்தில் விதவையான சௌகார் ஜானகி கடைசிக் கட்டத்தில், தனக்கு அடைக்கலம் தந்த எம்.ஜி.ஆர் மேல் காதல் கொள்வார். ஆனால் இறக்க நேரிடும். இறந்து போய்விட்ட பின் ஜெயலலிதா கடைசியாகக் குங்குமம் வைக்கச் சொல்லி நீட்டுவார். அதைக் காட்டியும் காட்டாமலும் விட்டு விடுவார்கள்.

பிராப்தம் படத்தில் சிவாஜியை சந்திரகலா ஒரு தலையாய் விரும்புவார். சிவாஜி சாவித்ரியை விரும்புவார். அது பூர்வ

ஜென்மக்கதை. இவர்கள் இருவரையும் சுடுவதற்கு குறி பார்க்கும் வில்லன் விசையை அழுத்தும் முன் அவனைக் கட்டிப் பிடித்து முத்தமிட்டு, அவனை மயக்கி,காதல் ஜோடியைக் காப்பாறுவார் சந்திரகலா. சந்திரகலாவின் காதல் பாத்திரம் படத்தில் சற்றே கண்ணீரை வரவழைக்கிற பாத்திரம். ஆட வந்த தெய்வம் படத்தில் அஞ்சலிதேவி வில்லன் எம்.ஆர்.ராதாவைத் திருமணம் செய்து கொள்வதாகச் சொல்லி அவர் தடுக்கும் நாயக நாயகியின் திருமணத்தை நடத்திவைத்து விட்டு, ஒரே ஒரு நடனம் ஆடுகிறேன் என்று

> "தீயிந்த உயிர்க்கூட்டை எரித்தாலும் அது
> நீயிருக்கும் என் நெஞ்சை நெருங்காது
> நீ என்றும் வாழ வேண்டுமே அதுதான் இன்பமே".

என்று ஆடி, ஆடவந்த தெய்வமாகி உயிரை விடுவார். மருதகாசி கே.வி மகாதேவன் இணைந்த அற்புதப் பாடல் (நிலையாக என் நெஞ்சில் ஒளி வீசும் தீபம் நீயே எந்நாளும் என் காதல் தெய்வம் என்று ஆரம்பிக்கும்)

சிவாஜி கணேசனின் தீபம், அவன்தான் மனிதன் படங்களின் கதைகளிலும், பணக்கார சிவாஜியின் ஒருதலைக்காதல் மறுக்கப்பட்டு விடும். பெருந்தன்மையோடு கதாநாயகியை இரண்டாவது கதாநாயனோடு நல்லபடியாக வாழ வைப்பார். பாவை விளக்கு படம் அகிலனின் நாவல். நான்கு கதாநாயகிகள். ஒரே கதாநாயகன் சிவாஜிகணேசன். பண்டரி பாய் இளம் விதவையாகத் தன் காதலைச் சொல்ல வரும் முன்பே சிவாஜி தங்கைக்காக எதையும் செய்வேன் என்று மறுபடி அவர் வாழ்வை முறித்து விடுவார். சிவாஜியும் ஆடற்கணிகையான குமாரி கமலாவும் கொண்ட காதல் அம்மாக் கிழவியால் நிறுத்தப்பட்டு, அத்தை மகளான சௌகார் ஜானகியை மணம் முடிப்பார். எழுத்தாளர் சிவாஜியின் ரசிகையாக வரும் எம்.என்.ராஜம் கனமான பாத்திரம். அவர் சிவாஜி மீதான தன் காதலுக்காக திருமணத்தை மறுத்து விடுவார். இந்தக் காதலைப் பூடகமாகச் சொல்லி இருப்பார்கள். கடைசியில் இறந்தும் விடுவார். இருவரும் தாஜ் மகாலில், ஷாஜஹான் மும்தாஜாக மாறிப் பாடும், "காவியமா நெஞ்சின் ஓவியமா" தமிழ்க் காதல்ப் பாடல்களின் தாஜ்மகால் என்பேன். அதில் வரும் வரிகள் போல, ஒருதலைக் காதலர்களே ஆனாலும், வாழ்க்கையில் ஒன்று சேராமல்ப் போனாலும் ரசிக மனங்களில் நிலைத்து நின்று ஒன்றாகி, "காலம் மாறினும் தேகம் அழியினும் கதையில் கவிதையில் கலந்தே வாழுவோம்" என்று காலகாலமாகக் கலந்து வாழ்ந்து கொண்டே இருப்பார்கள்.

12
ஆமாம்: எப்போதும் ரசிகன் ஹேப்பி அண்ணாச்சி...

1931ல் காளிதாஸ் படத்துடன் ஆரம்பிக்கிற தமிழ் பேசும் பட வரலாற்றில், 'ஸ்ரீ வள்ளி திருமணம்' (1933) என்பதுதான் சற்றே தமிழ்ப் பெயராக இருக்கிறது. பெரும்பாலும் படத்தின் பெயர்கள் வடமொழிப் புராணங்கள் சார்ந்தோ, அதன் கதாபாத்திரங்கள் சார்ந்தோதான் இருந்திருக்கிறது. தசாவதாரம், சக்குபாய், சீதா கல்யாணம், சதி சுலோசனா, சங்கீத லவகுசா, திரௌபதி வஸ்திராபரணம், பாமாவிஜயம் (பழையபடம்)... என்றுதான் இருந்திருக்கிறது. சமூகப் படங்களுக்குக் கூட 'சதி லீலாவதி' என்றுதான் பெயர் இருந்திருக்கிறது. ராஜா சாண்டோ என்பவர் நடிகர், இயக்குநராக இருந்தவர். இந்தி, தமிழ் மௌனப்பட காலங்களிலிருந்தே படங்கள் இயக்கியவர். அவர் 'அனாதைப் பெண்' என்று எடுத்த படம்தான் முதல் சுத்தத் தமிழ்ப்பெயராக இருந்திருக்கும்.

1930-40களில் முக்கிய நகரங்களில் மட்டுமே திரையரங்குகள் அதாவது டாக்கீஸ்கள் இருந்த நிலையில், கிராமங்களில் திரையரங்கோ டூரிங்குகளோ அவ்வளவாக இல்லாத நிலையில்,

திரைப்படக்கதைகள் பெரும்பாலும் மேல்தட்டு மக்களின் ரசனை சார்ந்தே அமைக்கப்பட்டன. மேலும், கூத்து, மேடை நாடகம், திரைப்படம் என்ற பரிணாமத்தின் படி பார்த்தாலும் புராண இதிகாசக் கதைகளே படக்கதையாக அமைந்திருந்ததில் வியப்பில்லை. ஆனாலும் கூட ஆரம்ப சினிமாவின் மொழி, கூத்தின் மொழியாக இல்லை. கூத்து, நாடகங்களின் நீட்சியாக, சினிமாவில் பாடல்களே 75 சத விகித நீளத்தை ஆக்கிரமித்திருந்தன. சினிமாவின் ஆரம்ப காலத்தில் தயாரிப்பிலும், இயக்கம் மற்றையச் செயல்பாடுகளிலும் மேட்டுக் குடியைச் சார்ந்தவர்களே இயங்கியதால் அதன் மொழி அநேகமாக பிராமண, வெள்ளாள மொழியாகவே இருந்தது. 1937இல் அம்பிகாபதி (பாகவதர்எம். ஆர்.சந்தான லட்சுமி நடித்தது) இளங்கோவன் இதில்தான் முதன் முதலில் வசனகர்த்தாவாக அறிமுகமாகிறார். "ஷேக்ஸ்பியரின் ரோமியோ ஜூலியத் வசனங்களை..." இதில் எடுத்தாளும் யோசனையை பட இயக்குநர், எல்லிஸ். ஆர் டங்கன்.." கூறியதாகச் சொல்வார்கள் . ரோமியோ ஜூலியட்டின் 'பால்கனி' வசனத்தை இளங்கோவன் தமிழ்ப் படுத்தியிருப்பார்.

ஆலயமணி படம் முதல் நாள், தரை டிக்கெட்டில் அமர்ந்து பார்த்துக் கொண்டிருந்தேன். எஸ்.எஸ்.ராஜேந்திரனை தூங்க வைக்க விஜயகுமாரி ஒரு பாட்டுப் பாடுவார், "தூக்கம் உன் கண்களைத் தழுவட்டுமே, அமைதி உன் நெஞ்சில் நிலவட்டுமே..." என்று. அப்போது பக்கத்திலிருந்த தி.மு.க அண்ணாச்சி (வார்டுச் செயலாளர்) ஒருவர் சொன்னார், "தம்பி பார்த்தியா, கண்ணதாசன் அப்படியே இளங்கோவன் வசனத்தைக் காப்பி அடிச்சுட்டா(ன்)ர் பார்த்தியா.... இது அப்படியே 'இளங்கோவன்' வசனம், தம்பி," என்றார். கண்ணதாசன் அப்போது, தி.மு.கவைவிட்டு விலகி ஈ.வெ.கி. சம்பத்தின் 'தமிழ் தேசியக் கட்சி'யில் சேர்ந்திருந்த சமயம். எனக்கு இளங்கோவனை அப்போது கண்ணகி, ஹரிதாஸ், சக்கரவர்த்தி திருமகள் வசனகர்த்தாவாக மட்டுமே தெரியும். சிறு வயதில் சினிமாக்களுக்கு என்னை அழைத்துச் செல்லும் என் அண்ணன் தி.க.மீனாட்சிசுந்தரம், விரிவாக காமிரா, வசனம், இசை பற்றியெல்லாம் சொல்லுவார்.

ஹரிதாஸ் படம் அப்போதெல்லாம் நேரு பிறந்த தினமான 'குழந்தைகள் தின'த்திற்கு இலவசமாகத் திரையிடுவார்கள். அதன் ஆரம்பக் காட்சிகளில், பாகவதர் தன் வீட்டுக்கு டிஆர். ராஜகுமாரியை அழைத்து வருவார். அவரது மனைவி அப்போது கேட்பார், என்னது பிராமணாள் வீட்ல தேவடியாக் கச்சேரியா..."

என்று." இல்லை இது ஆண் பிள்ளை.. என்று பாகவதர் ஏமாற்றி விடுவார். பாதி நடனத்தில் உண்மை தெரிய வர, அவரது மனைவியும் 'புளி மூட்டை' ராமசாமியும், பேசிக் கொள்வார்கள், "என்னது, இது ஆம்பளத் தேவடியாதானே...". என்பாள். "அய்யோ இது அசல்த் தேவடியா, பொம்பளைத் தேவடியா' என்பார் 'புளி மூட்டை'. இது *1944*இல் வந்த படம். சிறுவர்களான நாங்கள் அப்போது விழுந்து விழுந்து சிரித்தோம்... எங்களுக்கு பத்து அல்லது பதினோரு வயது இருக்கும். பள்ளிக் கூடங்களில் இடைவேளைகளில்க் கூட 'கெட்ட வாய்' பேசக் கூடாது. நாங்களாகவே சினிமா பார்க்க ஆரம்பித்த பருவமான *1960–62* வாக்கில் வந்த புதிய படங்களில் இப்படிப் பச்சையான வசனங்கள் வராது. அதிக பட்சம் 'ரத்தக் கண்ணீர்' படத்தில் எம்.ஆர் ராதா, "அடிக் காந்தா, தேவடியாள் பெற்றெடுத்த திருமகளே..." என்று ஒரே ஒரு இடத்தில் சொல்லுவார். அது திருவாரூர் தங்கராசு வசனம். *1975*இல் வந்த பாலச்சந்தரின் 'அபூர்வராகங்கள்' படத்தில், தன் மீது, கார் ஒன்று சகதி வாரியிறைத்து விட்டுப் போகிறபோது கமல், இதே வார்த்தையைப் பட்டும் படாமலும் ஆனால் கோபமாக உச்சரித்து, மறுபடி தெளிவாகச் சொல்லி அடி வாங்கிக் கொள்வார். இது ஜனநாயக சென்ஸார். இதுவே ரொம்ப தைரியமான காட்சியாக இருந்தது, ஹரி தாஸை மறந்து விட்டுப் பார்த்தால். *1977* வாக்கில் வந்த பதினாறு வயதினிலே படத்தில், காந்திமதி, தன் கோழியை யாரோ திருடி விட்டதாக 'வையும்' போது கூட "வெறும் வாயசைப்பும் பின்னணி இசை"யுமாகவே இருக்கும்.

அதிகமான பிராமணச் சொல்லாடல்கள், முதலியார்வாள், பிள்ளைவாள் பட்டங்கள் சொல்லி அழைப்பது எல்லாம்தான் அப்போதைய வசனங்கள். திகம்பர சாமியார் படத்தில், எம்.ஜி.சக்ரபாணி, ஒருவரிடம் சொல்லுவார், "அடெடே நானும் கூட கார்கார்த்தார் பிள்ளைமார் தான்' என்று..." இதெல்லாம் திராவிட இயக்கக் கதாசிரியர்கள் வருகையினால் மாறுகிறது. *1949*ல் கே.ஆர் ராமசாமியின், 'வேலைக்காரி' நாடகத்தைப் பார்த்த இயக்குநர் ஏ.எஸ்.ஏ. சாமி அதைத் திரைப் படமாக்குகிறார். அதே நேரத்தில் என்.எஸ்.கேயும் எஸ்.வி.சகஸ்ரநாமமும், "Mr. Deed Goes to town" என்ற ஆங்கிலப் படத்தைத் தழுவி அண்ணாவிடம் ஒரு திரைக்கதை கேட்கிறார்கள். அவர் எழுதித் தருவதுதான் "நல்லதம்பி" வேலைக்காரி வந்த மூன்று வாரங்களில் நல்லதம்பி வந்ததாம். வேலைக்காரியிலும் ஒரு முதலியாரே பண்ணையாராக வந்தாலும் வசனம் புதுப் பரிமாணத்தை அடைந்து விடுகிறது.

அந்தப் படத்தின் பிரபலமான, 'சட்டம் ஒரு இருட்டறை, அதில் வக்கீலின் வாதம் ஒரு விளக்கு,' போன்றவைகளுடன், தமிழ்ச் சொல்லாடல்களில் நிரந்தரமாகி விட்ட 'எதையும் தாங்கும் இதயம்', 'கத்தியைத் தீட்டாதே புத்தியைத் தீட்டு' ஆகியவை, பிரபலமானவை. காலம் கடந்தும் நிற்கக் கூடிய அல்லது பயன்படக் கூடிய வசனங்கள் அண்ணாவினுடையதுதான். ஏறத்தாழ இதே கால கட்டத்தில் வந்த 'ராஜ குமாரி' படத்திற்கு ஏ.எஸ்.ஏ. சாமி வசனம் எழுதினார். ஆனால் உண்மையில் கலைஞர்தான் வசனமெழுதியதாகச் சொல்வார்கள். பின்னாளில் ராஜகுமாரி படம் பார்க்கையில் வசனம்உதவி கருணாநிதி என்று பார்த்த ஞாபகமும் இருக்கிறது.ஆனால் மூன்று ஆண்டுகளிலேயே அவர் வசனத்தின் உச்சத்தைத் தொட்டு விட்டார், பராசக்தி படத்தின் மூலமாக. தமிழ் சினிமா என்றாலே வசனம்தான் என்கிற நிலைமை உண்டானது. காட்சிகளைப் பின் தள்ளி விட்டு வசனமே முன் நின்றது. அதற்கு முன்னாலும் பின்னாலும் அதுதான் நிலைமை வளையாபதி முத்துகிருஷ்ணன், கே.ஆர் ராமசாமி எஸ்.எஸ்.ஆர், என்று வசனங்களை அடுக்கு மொழிகளாகக் கொட்டியவர்கள் வரிசையில் அழகான மாடுலேஷனுடனும் பேசிய சிவாஜி கணேசன் நடிகர் திலகமாகிவிட்டார். கலைஞரின், தாயில்லாப்பிள்ளை, இருவர் உள்ளம் இரண்டும் மாறுபட்டவை. தாயில்லாப் பிள்ளையில் பாலையா பேசுகிற பிராமண 'பாஷை' முதலிலிருந்து இறுதிவரை மாறுபடாமலிருக்கும். ஆனால் இருவர் உள்ளம் படத்தில் ஒரு 'கோர்ட் சீன்' காட்சியில் சிவாஜி "பழைய பாணி" வசனத்தைப் பேசுவார், தியேட்டரே அதிரும். சண்டைக்காட்சிக்கு நிகரான 'கோர்ட் சீன் உற்சாகம்' தமிழ ரத்தத்தில் ஊறிப்போனது என்று நினைக்கிறேன். குமுதம் படத்திலும் கே.எஸ்.கோபாலகிருஷ்ணன் வெளுத்து வாங்கியிருப்பார், நல்லதீர்ப்பு, நீதிபதி போன்ற படங்கள் எல்லாம் இதற்கு ஏனைய சாட்சியங்கள்'.

சக்தி நாடக சபை நடத்திக்கொண்டிருந்த சக்தி டி.கே. கிருஷ்ண சாமி, வீரபாண்டிய கட்டபொம்மனில் சிவாஜிக்கு அருமையான, பட்டி தொட்டியெல்லாம் வயது வித்தியாசமின்றி முழங்கிய, உரையாடல்களை எழுதினார். கட்டபொம்மு நாயக்கர் அந்தப்புரத்தில் கூட தெலுங்கு பேசவில்லை என்று சிலர் அப்போது சொல்லிக் கொண்டார்கள். மாறாக கட்டபொம்மன் வந்த மறுநாள் வெளியான 'சிவகங்கைச் சீமை' இன்னும் கொஞ்சம் கலாச்சார வலுவுடனான, கதை, உரையாடல், அரங்க, உடை அமைப்புகளைக் கொண்டிருந்தது. கண்ணதாசன் அருமையான உரையாடல்களை எழுதியிருந்தார். என்னைக் கேட்டால், கலைஞர்,

அண்ணாவைவிட தி.மு.க பிரச்சாரம் கண்ணதாசனாலேயே அதிகம் திரைப்படங்களில் செய்யப்பட்டது என்பேன். தமிழில் வரலாற்றுப் படங்களே கிடையாது. கட்டபொம்மன், ராஜா தேசிங்கு, சிவகங்கைச்சீமை, கப்பலோட்டியதமிழன். இவற்றில் கட்டபொம்மன், ராஜா தேசிங்கு ஆகியவை வரலாற்று யதார்த்தத்தை விட்டு விலகிய மொழியும், கலையமைப்பும் கொண்டது. அதன் மொழி, சரித்திர கால கட்டத்தைத் தெரியாதவர்களான நமக்கு அதை உருவாக்கிக் காட்டவில்லை. ராணி சம்யுக்தா, சித்தூர் ராணி பத்மினி எல்லாமுமே இந்த ரகம்தான். அவை படுதோல்விப்படங்களும் கூட. நான் கற்பனையான சரித்திரக் கதைகளைக் கணக்கெடுக்கவில்லை. நாட்டார் கதைகளான மதுரை வீரன், காத்தவராயன் படங்களின் மொழியும் திரையமைப்பும் அப்படித்தான். கப்பலோட்டியதமிழன் நல்ல படம். பாரதியார் பாடல்களை மிகப் பொருத்தமாக உபயோகித்திருந்தார்கள். பாடல்கள் முழுவதுமே பாரதி பாடல்கள். எஸ்.டி சுந்தரம் அவர்களின் அழகான வசனம், அடக்கி வாசிக்கப்பட்டிருக்கும். (ஜெமினிகனேசனின் மாடசாமி பிள்ளை பாத்திரம் மட்டும் விதி விலக்கு.) பொதுவாகவே இந்த மாதிரிப் படங்களில் நகைச்சுவை நடிகர்கள் ஒரு இயல்பான பேச்சு மொழியில் பேசுவார்கள். இதில் டி.எஸ்.துரைராஜ் அந்த அழகான வெளிப்பாட்டைச் செய்திருப்பார்.

பாரதி பாடல்களையே முழுவதும் பயன் படுத்திய இன்னொரு திரைப்படம் "ஓடி விளையாடு பாப்பா". எஸ்.எஸ். ஆர், ஜி.சகுந்தலா சரோஜாதேவி ஆகியோர் நடித்த படம். நல்ல கதையமைப்பு கொண்டது. ஒரு எழுத்தாளனைப் பற்றிய படம். உண்மையிலேயே சில இடங்களில் எழுத்தாளனைச் சரியாகவே காட்டியிருப்பார்கள். பாரதிதாசன் பாடல்கள் சில படங்களில் இடம் பெற்றிருந்தாலும் அவரது கதையான "பொன்முடி"யில் அவரது வசனமோ பாடல்களோ இல்லை. பஞ்சவர்ணக்கிளி படத்தில் வந்த தமிழுக்கும் அமுதென்று பேர்...எங்களது 1965 66 மொழிப்போராட்ட காலங்களில் ஒரு உத்வேகம் தந்ததைக் கண்கூடாகக் கண்டோம். அடுத்து கலங்கரை விளக்கம் படத்தில் 'சங்கே முழங்கு' பாடல். தொடர்ந்து ஜி.என் வேலுமணி படங்களில் பாரதிதாசன் பாடல்கள் வந்தன. அது செண்டிமெண்டிற்காகவோ என்னும் சந்தேகம் எழாமலில்லை.

அலிபாபாவும் நாற்பது திருடர்களும், குலேபகாவலி, பாக்தாத் திருடன் போன்ற இஸ்லாமியப்பின்னணி கொண்ட படங்களில்

நகைச்சுவை அல்லது உதிரிப் பாத்திரங்கள் அந்த மொழியைப் பேசினார்களே ஒழிய கதாநாயகனோ நாயகியோ வழக்கமான தூய அடுக்கு மொழியே பேசினார்கள். அலிபாபா படத்தில், கே.சாரங்கபாணி கொஞ்சம் உருது மாதிரியான காமெடி வசனங்கள் பேசுவார். "அலிபாபாஜி வந்தாரு, அத்தனை பேரும் காப்ரா ஆகி ஜலேகா, நாங்க இங்க ஆயெகா..." அலிபாபாவுக்கு வசனம் "மாடர்ன் தியேட்டர்ஸ் கதை இலாகா". குலேபகாவலியில் ஏ.கருணாநிதியும் சந்திரபாபுவும் கொஞ்சம் இந்தி வார்த்தைகள் பேசுவார்கள். ஐந்து மொழிப் பாடல் கூட உண்டு. (நாடோடி மன்னனில்'திராவிட மொழி'களான, தமிழ், தெலுங்கு, மலையாளம், கன்னடப் பாடல்கள் பாடி முடிசூட்டிய மன்னரை வாழ்த்துவார்கள், "த்ராவிடமாம் அம்ம பெற்ற மக்களல்லோ...") குலேபகாவலியில் சந்திரபாபுவை பாட்டுக்கு இடையில், "எல்லாருக்கும் இடம் கொடுக்கிற அல்லாவே நீயும் ஏமாந்துட்டா போட்டுடுவான் குல்லாவே..." என்று தஞ்சை ராமையாதாஸ் பாட வைத்திருப்பார். ராமையாதாஸ் ஒரு பன்முக ஆளுமை கொண்டவராகவே தெரிகிறார்.

சந்திரபாபு சாப்ளினைப் பின் பற்றியோ என்னவோ, ஒரு வகையான வசனம் அதிகமில்லாத "ஸ்லாப்ஸ்டிக்" காமெடி செய்வார். தங்கவேலு, கலைவாணர் என்.எஸ்.கே தொடர்ச்சியாக, வசனங்கள் மூலமே சிரிப்புக் காட்சிகளை நகர்த்துவார். நாகேஷ் இரண்டும் கலந்து செய்வார். ஸ்ரீதர் பெரும்பாலும் தங்கவேலுவைப் பயன் படுத்தி இருந்தாலும் 'போலீஸ்காரன் மகள்' படத்தில் சந்திரபாபு நாகேஷ் இருவரையும் இணைத்துப் பயன் படுத்தியிருப்பார்.

இஸ்லாமியப் பின்னணி என்று பார்க்கையில் மொகலே ஆஜம் படத்தை தமிழில் அக்பர் என்ற பெயரில் மொழிமாற்றம் செய்திருந்தார்கள். பாடலும் வசனமும், கம்பதாசன். 1967–68 வாக்கில், இரண்டாம் முறை, கொஞ்சம் தேய்ந்த பிரதியாகப் பார்த்தேன். அவ்வளவு பிரமாதமான மொழி அனுபவமாயிருந்தது. அப்படியொரு வரலாற்றுப் படம் தமிழில் இல்லவே இல்லை.

இரண்டு ஞான சௌந்தரிகள், ஜெனோவா, மகதலநாட்டு மேரி, அன்னை வேளாங்கண்ணி, போன்ற கிறித்துவப் பின்னணியுள்ள படங்களில் வரும் விவிலிய மொழியை விட 'சோ'வின் உண்மையே உன் விலை என்ன படத்தில் கொஞ்சம் விவிலிய மேற்கோள்கள் அதிகம் என்று தோன்றுகிறது. இதற்காகவெல்லாம் நமது வசன கர்த்தாக்கள் மெனக்கெடுவதில்லை. கலைஞர், கண்ணதாசன் பாணி

வசனங்களிலிருந்து தமிழ் சினிமாவை மடை மாற்றிய பெருமை ஸ்ரீதரைச் சேரும். ஆனால் அவர் படங்களையும் இப்போது பார்க்கையில், கோபம், அழுகை, போன்ற உணர்வு பூர்வமான கட்டங்களில் பாத்திரங்கள், சுத்தத் தமிழும் குறைந்த பட்ச அடுக்கு மொழியுமே பேசுவது வேடிக்கையாக இருக்கிறது. காதலிக்க நேரமில்லை படத்தில்தான் இதைத் தாண்டுகிறார். ஆனால் வெண்ணிறஆடை படத்தில் கூட உணர்ச்சி மேலிடும் போது சடாரென்று இந்த கியருக்கு வந்து விடுவார். ஸ்ரீதருடனும் ஸ்ரீதரைத் தவிர்த்தும் பேசப்பட வேண்டியவர், கே.எஸ். கோபாலகிருஷ்ணன். ஆனால் பணமா பாசமாவுக்கு அப்புறம் அவரின் ஃபார்முலா வசனமும், பாத்திரங்களின் உடல்மொழியும் சலிப்பாகி விட்டது. அவரின் 'என்னதான் முடிவு' மிக நல்ல படம்.

வட்டார மொழியை தமிழ் சினிமாவில் முதலில் கொண்டு வந்தவர் ஏ.பி.நாகராஜன். தமிழரசுக் கழகத்துக்காரரான அவரின் தமிழ் சற்றே வித்தியாசமானது. மக்களைப் பெற்ற மகராசியில் கோவை கவுண்டர் பாஷையை சிவாஜி அற்புதமாகப் பேசியிருப்பார். ஆனால் அவர் ஒருவர்தான் அப்படிப் பேசுவார், பானுமதி கொஞ்சம் முயற்சி பண்ணுவார்... மற்றவர்களெல்லாம் வழக்கமான சினிமாத் தமிழ்தான். இந்த inconsistency யை எப்படி இயக்குநர் ஏற்றுக் கொண்டார் தெரியவில்லை.ரசிகன் எதையும் ஜீரணித்துக் கொள்வான் என்ற தைரியமாக இருக்கும். ஏ.பி.என்னின் பல படங்களில் மனோரமா பலவித வட்டார மொழியைச் சரளமாகக் கையாள்வார். நெல்லை வட்டார மொழியை கே.பாலசந்தர் அனுபவி ராஜா அனுபவி படத்தில் முயற்சிப்பார். ஆனால் (inconsistency) முழுமையில்லாமல் இருக்கும். அச்சமில்லை அச்சமில்லை படத்தில் திருநெல்வேலி பாஷை என்பார், திருநெல்வேலியின் எந்த திசையிலும் அப்படிப் பேசுவதே இல்லை. மனோரமா போல விவேக்,வட்டார வழக்கு மொழிகளை முழுமையுடன், சரியாகச் செய்கிறார்.

பால(ச்)சந்தர் முதலில் வசனம் எழுதிய தெய்வத்தாய் படத்தில் "ஆங்கிலப் பழமொழி"களைத் தமிழாக்கி வசனம் எழுதியிருப்பார். "blade has two edges" என்பதை மாற்றி தராசுக்கு எப்பவுமே ரெண்டு தட்டு இருக்கறா மாதிரி எல்லாத்துக்கும் காரணம் காரியம்ன்னு ரெண்டு இருக்கும்.... என்பது போல. ஆனால் பெயர்கள் எல்லாம் மாறன், மேகலா என்று தமிழில் வரும். இந்தப் 'பெருமை' எல்லாம் நாயக நாயகிக்கு மட்டும்தான். அவருக்கு வேறு நெருக்கடிகள் இருந்திருக்கும், சுதந்திரம் இருந்திருக்காது. ஆனாலும்

அவரே இயக்கிய நீர்க்குமிழி தொடங்கி எல்லாப் படத்திலும் சுந்தரராஜன் நாகேஷ், கமல் ஆகியோரை ஆங்கிலமும் அதற்கு உடனடி மொழிபெயர்ப்பும் பேச வைத்து தொடர்ந்து அதையே சலிக்காமல் செய்தார். "I have already come..Sethu" நான் ஏற்கெனவே வந்துட்டேன்...சே(த்)து.. no two watches agree... எப்பவுமே ரெண்டு கெடிகாரங்கள் ஒத்துப் போறதில்ல.." இப்படி.. ஆனா avar அவர் ஒரு நல்ல இயக்குநர்.....But he is a good director.

பாலசந்தரை தவிர்த்து தமிழ் சினிமாவின் அதிக பட்ச ஆங்கிலம் "ஏய் மிஸ்டர், ஹல்லோ மேடம், கண்ட்ரி ப்ரூட், ஆர் யூ எஜுகேட்டட், லைஃப் இஸ் ஷார்ட், மேக் இட் ஸ்வீட்," என்பது போலத்தான் இருக்கும். மேல் நாட்டு மருமகள், அன்பேவா, இதயக்கனி படங்களில் ஆங்கிலப் பாடல்கள், இடம் பெறும். 'ரத்த திலகம்' படத்தில் 'ஒத்தெல்லோ' ஓரங்க நாடகம் ஆங்கிலத்திலேயே வரும். அரங்கம் அமைதி மட்டுமே காத்தது. கலாட்டாவுமில்லை கைதட்டலுமில்லை.

வட்டாரமொழி வரிசையில், சென்னைப் பேச்சு வழக்கை, 'சபாஷ்மீனா' படக் காலத்திலிருந்து அதிகமும் நகைச்சுவைப் பாத்திரங்களே செய்து வந்தாலும், ஜெயகாந்தனின் உன்னைப்போல் ஒருவன் படத்தில், பிரபாகரன் (காதலிக்கநேரமில்லை படத்தில் நாகேஷின் கிழட்டு மாமனாராக நடிக்கிற 'இளைஞன், கலைஞன்') காந்திமதி ஆகியோரின் வெளிப்படுத்தல் நன்றாக இருக்கும். படம், என்னைப் பொறுத்து சிறப்பாக அமையவில்லை.இந்தியில் இதே சேரி வாழ்க்கை பற்றி, கே.ஏ. அப்பாஸ் தயாரித்து இயக்கிய "ஷெஹர் அவுர் சப்னா" நன்றாக இருக்கும். நாவலாசிரியர்களைப் பொறுத்து ஜெயகாந்தன் சினிமாவில் கொஞ்சம் சாதனைகள்/ முயற்சிகள் செய்திருக்கிறார். மற்றப்படி புதுமைப்பித்தன் முயற்சிகள் 'ராஜமுக்தி' படம் போலவே தோற்றுப் போனது., தமிழ் சினிமாவின் துரதிர்ஷ்டமே. இன்றைக்குச் சூழல் சற்றே மாறி இருக்கிறது. ஜெயமோகன், எஸ்.ராமகிருஷ்ணன் ஆகியோர் கொஞ்சம் ஜெயித்திருக்கிறார்கள்.

தமிழ் சினிமாவின் 'அன்னக்கிளி'காலங்களான 75–80களின் பாரதி ராஜா, பாக்கியராஜ் காலங்களிலும் வசனங்களின் வழியாகவே கதை நகர்ந்தது. மகேந்திரனின் நெஞ்சத்தைக் கிள்ளாதே போன்ற படங்களே காட்சிகள் மூலம் கதையை நகர்த்தும் சினிமா மொழியை தமிழில் ஆரம்பித்து வைத்தன. சிங்கீதம் சீனிவாசராவ் வசனமே இல்லாமல்' பேசும்படம் என்று ஒரு படம் எடுத்திருப்பார். நன்றாக இருக்கும்.ஆனால் காட்சிகள்,

நமக்கு 50ஆண்டுகள் பழக்கமான ஒரு மொழியை மூளைக்குள் செலுத்தி விடும்.

1980கள் வரைக்குமான ஒரு ஐம்பதாண்டுகளில் தமிழ் சினிமாவில் மொழியின் பயணம், தேக்கம் பற்றி அனேகமாக என் நினைவுகளில் இருந்து எடுத்து வைத்திருக்கிறேன். எனக்கென்னவோ சினிமா பல தலைமுறைகளைக் கடந்தும், மொழி மேன்மைக்கு, நாடகங்கள் செய்தது போலக்கூட எந்தப் பங்களிப்பையும் செய்யவில்லை என்றே தோன்றுகிறது. ஆனால் ரசிகன் மகிழ்ச்சியாய் இருப்பதாகவே தெரிகிறது... ஆமாம் எப்போதும் ரசிகன் ஹேப்பி.. அண்ணாச்சி...

13
சில சரித்திரங்கள் சில பாடல்கள்

நண்பர்களே இந்தக் கருத்தரங்கில் கடந்த நூறு ஆண்டுகளாக தமிழ் சினிமாவின் பல துறைகளிலும் நிகழ்ந்துள்ளவற்றில் இலக்கிய உள்ளீடும் காட்சி வெளியீடும் என்ற கருத்தை மையமாக வைத்து விரிவாக விவாதிக்கப்பட இருக்கிறது. இதற்கான வழிகாட்டுதலாக பல தளங்கள் குறித்தும் பறவைக் கண்ணோட்டத்துடன் விரிவான தலைப்புகள் தரப் பட்டுள்ளன. அதில் சில தலைப்புகள் எவ்வாறு தமிழ் சினிமாவில் இயக்கம் பெற்றுள்ளன, அவற்றுள் என் பார்வையினை ஈர்த்தவை எவை என சிலவற்றை இங்கே குறிப்பிடலாம் என நினைக்கிறேன். என்னளவில் அவை தொட்டுக் காட்டப்பட்டுள்ளதாகவே நினைக்கிறேன். விரிவான ஆய்வுகள் விவாதங்கள் மூலமாக இதை மேலெடுத்துச் செல்லப்படலாம். இனி என் கருத்துகள்:

ஆங்கிலேயக் காலனி ஆட்சியில் அநேகமான மேலை நாட்டுக் கண்டுபிடிப்புகள் கல்கத்தா பம்பாய், மெட்ராஸ் என மூன்று மாநகரங்களில் முதன் முதலில் அறிமுகமாகும் அது போலவே சினிமாவும், ஒரு நூற்றாண்டுக்கு முன்னர், இம்மூன்று மாநகரிலும், அதுவும் ஒரு சந்தைப் பொருள் போலவே அறிமுகமாயிற்று. அதில் வங்காளமே முதல் வரவேற்பை நல்கியது. அடுத்து

மும்பை, அடுத்து சென்னை. (பின்னால் அது நல்ல கலை வடிவம் பெறத் தொடங்கியதும் வங்காளத்தில் இருந்து தான்.) உலகெங்கிலும் நிகழ்ந்தது போலவே, இந்தியாவிலும் இந்த மூன்று இடங்களிலும் சினிமா, நாடகத்தின் நீட்சியாகவே உருவாகின. வங்காள சினிமாவின் ஆரம்பம் என்பது ஏற்கெனவே பிரபலமாகி மேடையில் நடைபெற்றுக் கொண்டிருக்கும் பொழுதே, (புராண) நாடகத்தின் காட்சிகளைப் படம் பிடித்து பயாஸ்கோப் ஆகக் காட்டுவதில்த்தான் தொடங்கியது. அவை துணுக்குகள் போலவே காட்டப்பட்டன, முழு நாடகத்தைக்கூட படம் பிடித்துக் காட்டப்படவில்லை. துணுக்குகளாக மட்டுமே காட்டப்பட்டன என்பதாகத் தகவல்கள் உள்ளன.

இந்திய அளவில் திரைப்படத்திற்கு முன்னோடியாக அமைந்தது நாடகங்களே என்பதை மட்டுமே விரிவான விதத்தில் ஆய்ந்து பார்க்க இயலும். கதை, பாடல்கள், கலைஞர்கள் ஏன் பிரச்சாரங்கள் கூட நாடகத்திலிருந்து திரைப்படத்திற்கு வந்தவைதான். தமிழைப் பொறுத்து நாடகம் என்பது கூத்தின் நீட்சி. தோல் பாவைக் கூத்து அசலான சினிமாத் திரையில் நிகழ்வது போலவே இருக்கும். கூத்துகள் பற்றிய செய்திகளை நாம் சங்கப்பாடல்களிலும், சிலப்பதிகாரத்திலும் பார்க்க முடியும். வள்ளுவரின் அருமையான குறள் சொல்லும்:

'கூத்தாட்டு அவைக் குழாத்தற்றே பெருஞ்செல்வம்
போக்கும் அதுவிளிந் தற்று.'

இன்றைக்கும் என்னை வியப்பில் ஆழ்த்தும் உவமை இது. கூத்தாக நடத்தப் பெற்ற வள்ளி திருமணம், அரிச்சந்திர புராணம், கந்த புராணம், அல்லி அர்ஜுனன் கதை, சத்தியவான் சாவித்ரி போன்ற கூத்துகள் பிரபலமானவை. மதுரை வீரன் கதை, காத்தவராயன் கதை போன்றவையும் கொங்குப் பகுதியில் நடைபெற்றதாகச் சொல்லுவார்கள். அந்தக் கூத்துக்கள் அல்லது அவற்றின் கதைகள், முதலில் விடிய விடிய நடக்கும் ஸ்பெஷல் நாடகமாக நடத்தப்பட்டு, பின்னர் மூன்று மணிநேரம் நடக்கும் நாடகமாக குறைத்து எழுதப் பட்டு, நடிக்கப் பெற்றது. அதுவே திரைப்படமாகியிருக்கின்றன. உதரணமாக வள்ளி திருமணம், கட்டபொம்மன், போன்றவற்றைச் சொல்லலாம். கூத்து தமிழ் சினிமாவில் நேரடியாக இடம் பெற்றிருக்கிறதா என்று பார்த்தால், கலைவாணர் என்.எஸ்.கே கூத்தின் அடிப்படையில், நாகரீகக் கோமாளியாகி, நல்ல கருத்துகளைச் சொல்லி நாட்டுக்குப் பல சேவை செய்துள்ளார்.

பத்துநிமிட அளவில் சங்கரதாஸ் சுவாமிகளின் சத்தியவான் சாவித்ரி நாடகத்தின் ஒரு பகுதியில் கூத்துக் கலைஞனாகப் பாத்திரமேற்று சிவாஜி கணேசன் நவராத்திரி படத்தில் மிக மிக இயல்பாக நடித்திருப்பார். சாவித்ரி சாவித்ரி பாத்திரமாகவே மாறி இருப்பார். புதையல் சினிமாவிலும் சிவாஜி சிங்களராஜாவாக நடிக்கும் கூத்துக் காட்சி உண்டு. சிவாஜி கூத்து என்றதும் இயல்பாகவே,

"கூத்தும் கூத்தின் முறையும்
காட்டும் என்னிடம்
கதை சொல்ல வந்தாயோ
பாட்டும் நானே பாவமும் நானே"

என்று கண்ணதாசன் எழுதிய திரைப்படப் பாடல் நினைவுக்கு வருகிறது. (இந்தப் பாடலை எழுதியவர் கவி.கா.மு.ஷெரீப் என்று கா.மு.ஷெரீப்பின் மகன் கூறுவார்) கூத்துக்கள் பெரும்பாலும் புராணக் கதைகளை அடிப்படையாகக் கொண்டிருந்தாலும், தமிழுக்கென்று, ஐவர் ராஜா கதை, கட்டபொம்மன் கதை, எனச் சில நாட்டார் வழக்கியல் கதைகளும், பாடல்களும் இருந்து அவற்றைச் சேகரித்ததாக பேராசிரியர் நா.வா போன்றவர்கள் சொல்லுவார்கள். அவற்றில் எவை படம் ஆக்கப்பட்டிருக்கின்றன எனப் பார்த்தால், சமீபத்தில், அண்ணன்மார் சாமிகள் கதையினை கலைஞர் கருணாநிதி பொன்னர் சங்கர் என்று எழுதியது திரைப்படமாக்கப்பட்டது. ஆதியில் மதுரை வீரன் கதை வெற்றிகரமாகப் படமாக்கப்பட்டது. அதன் வெற்றியைத் தொடர்ந்து காத்தவராயன் கதை படமாக்கப்பட்டது. இந்த வகையில் தேசிங்கு ராஜன் கதையையும் எடுத்துக் கொள்ளலாம். ஆனால் மூன்றிலுமே திரைக்கதையில் நிறைய மாற்றங்கள் இருந்தன. அதுதான் திரைப்படம் கோரும் ஒரு தங்க விதி.

வீரபாண்டிய கட்ட பொம்மன் படத்தின் திரைக்கதை ம.பொ.சி தலைமையிலான குழுவினால் உருவாக்கப் பட்டது. அதில் பெரும்பாலும் நாட்டுப்புறக் கதைகள், வழக்காறுகளின் கூறுகளைக் காணலாம். மக்களிடையே பரவலாக கட்டபொம்மனின் முருக பக்தி பற்றிப் பேசப்படும் கதை ஒன்று உண்டு. அவன், திருச்செந்தூர் கோயிலில் பூசை நடை பெறுவதை, பாஞ்சாலங்குறிச்சியில் அறிந்து கொள்ள வழியெங்கும், ஆங்காங்கே மணி மண்டபங்கள் கட்டி அந்தச் செய்தியைக் கடத்துவதாகக் காட்டுவர்கள். இது நாட்டுப் புறச்சொல்லாடல்களிலிருந்து எடுத்தாளப்பட்ட துணுக்கு. ஆனால் அவற்றில் மணிக்குப் பதிலாக முரசறிந்து செய்தி கடத்துவதாகச்

சொல்லுவார்கள். ஆப்பிரிக்க, ஆஸ்திரேலியப் பழங்குடி மக்களும், தந்தி போல, இப்படித் தோல்க் கருவிகள் மூலமாக பல செய்திகள் பரிமாறிக் கொள்வார்கள் என்ற தகவலும் உள்ளது.

கட்ட பொம்மனை முருக பக்தனாகக் காட்டினாலும், அவர்களது குல தெய்வமான ஜக்கம்மா வழிபாட்டை படத்தின் முடிவில் பொருத்தமாக காட்டுவார்கள். ஜக்கம்மாதேவி முன்னால் பாடி ஆடும் "ஜக்கம்மா வேறில்லை திக்கம்மா," பாடலும் நன்றாக இருக்கும். இன்னொரு நாடோடிப் பாடலையும் எடுத்தாண்டிருப்பார்கள், நடை வழிச் சிந்தாக,

> "கறந்தபாலையும் காகம் குடியாது கட்டபொம்மு துரை பேரு சொன்னால்
> வரந்தருவாளே வீர வல்ல திரு வாக்கருளுவாளே சக்கதேவி"

என்று பாடுகிற பாடலில் நாட்டுப்புற வரிகளும் வரும். குறிப்பாக "முசலும் நாயைக் கடித்திடுமாம் வெகு முனையுள்ள பாஞ்சால நாட்டினிலே" என்பவை கட்ட பொம்மன், பாஞ்சாலங்குறிச்சியைத் தன் கோட்டை கட்டுவதற்குச் சரியான இடமாகக் கண்டுபிடித்த வரலாறு பற்றிய கதையாடல். அதே போல், மிகப் பிரபலமான, வசனமான, "வானம் பொழிகிறது பூமி விளைகிறது மன்னவன் காணிக்கேது கிஸ்தி" என்பதும் நாட்டுப்புறக் கதை, பாடல்களின் வரிகளில் ஒன்று. போகாதே போகாதே என் கணவா திரைப்படப் பாடலும் நாட்டுப் புறப்பாடலை ஒட்டி அமைந்திருக்கும்.

'கட்டபொம்மன் கதைப்பாடல்' என்னும் மற்றொரு கவிதை இலக்கியம்

திரு.நா.வானமாமலை அவர்களால் வெளியிடப் பட்டுள்ளது. இதன் ஆசிரியர் பெயர் தெரியவில்லை. இதில், கட்டபொம்மனின் தளபதி வெள்ளையத் தேவன் போர்க் களம் புகப் புறப்பட்டபோது அவன் மனைவி வெள்ளையம்மாள் தான் கண்ட கனவைத் தன் கணவனிடம் கூறும் பாடல் வருமாறு:

> போகாதே! போகாதே! என் கணவா, நான்
> பொல்லாத சொப்பனம் கண்டேனயா!
> பாழும் கிணறு இடியக் கண்டேன்; நம்மள்
> மல்லிகைத் தோப்பு அழியக்கண்டேன்.
> ஆனை கட்டும் இரும்புத் தூணும்
> அடியோடு சாயக் கனாவும் கண்டேன்
> குளிக்க மஞ்சள் அரைக்கையிலே

கம்புக்கரி போல் போகக் கண்டேன்
கறிக்கு அரைக்கும் மஞ்சளை நான்
கட்டைக் கரிபோல் போகக் கண்டேன்
திருக்கழுத்திலே மாங்கலியம்
சீக்கிரம் மெல்லக் கழற்றக்கண்டேன்
வெள்ளை சீலை முக்காடு போட்டு
வெளியிலே நான் போகக்கண்டேன்
கயத்தாத்திலே கட்டப்புளியிலே
கட்டபொம்மு தலை தூங்கக் கண்டேன்
வடக்குக் கோட்டை வாசலிலே
மன்னன் ஊமையைத் தூக்கக் கண்டேன்
இத்தனை சொப்பனம் கண்டேனையா,
இன்றைக்கு உம்மை மறந்தேனையா

(இதன் சுட்டி: <http://www.tamilvu.org/slet/lA100/lA100pd1.jsp?pno=13&bookid=219>

இதில் பயனுள்ள செவ்விலக்கிய நூல்கள், தகவல்கள் உள்ளன)

படத்தின் வேகத்திற்கேற்ப இந்தப் பாடல் சிறியதாகவும், ருசிகரமாகவும் மாற்றப்பட்டிருக்கும் கு.மா.பாலசுப்ரமணியம் என்ற கவிஞரால்.

இதே, கலைஞர்களைக் கொண்டு பி.ஆர். பந்துலு தயாரித்து இயக்கிய கப்பலோட்டிய தமிழன் படத்தில், மிகப் பொருத்தமான விதத்தில்முழுக்க முழுக்க பாரதியார் பாடல்களை மட்டுமே பயன் படுத்தியிருப்பார். கண்ணதாசனால் தயாரிக்கப்பட்ட சிவகங்கைச் சீமை படமும் பல நாட்டார் வழக்குகளையும் பல பிரிட்டிஷ் ஆவணங்களையும் ஆய்ந்து புனையப்பட்ட கதை. ஆடை அலங்காரம், அரங்க அமைப்பு யாவும் தமிழ் மரபையொட்டியும் செயற்கைத்தன்மை இல்லாமலும் செய்யப்பட்டிருக்கும். கட்ட பொம்மன் படத்தில் காட்டப்படும் அரண்மனை பிரம்மாண்டமான ஜெய்ப்பூர் அரண்மனை. அது நிஜத்திற்கு எதிராக இருக்கும். ஆனால் சிவகங்கைச் சீமையில் அப்படி இருக்காது. அதில் வருகிற கண்ணாத்தாள் பாத்திரம் இன்றும் சிறு தெய்வமாக சிவகங்கைப் பகுதியில் வணங்கப்பட்டு வருகிறது.

பாரதியார் பாடல்கள் பல படங்களில் பயன்படுத்தப் பட்டிருக்கின்றன. அது நாடகத்தின் தொடர்ச்சி. அதை திரைப் படத்தில் பயன்படுத்தியதில் ஏ.வி.மெய்யப்பச் செட்டியார்

முன்னோடி என்றால் மிகையில்லை. 'நாமிருவர்', 'வேதாள உலகம்' எனப் பல படங்களில் பாரதியார் பாடல்களைப் பயன்படுத்தியுள்ளார். அவர் பாரதிதாசன் பாடலையும் ஓரிரவு படத்தில் பயன்படுத்தியுள்ளார். அவை காட்சி அமைப்போடு இணைந்து செல்லும் அல்லது ஏதோ ஒரு பொது நிகழ்ச்சி போலவும் பயன்படுத்தப்படும். பின்னால் பஞ்சவர்ணக்கிளி படத்தில் பாவேந்தரின் பிரபலமான "தமிழுக்கும் அமுதென்று பேர் பாடல் இடம் பெற்றது. 1965இல் இந்தி எதிர்ப்பு போராட்டத்தின் விளைவாக, மாணவர்கள், மக்களிடையே தமிழ்ப் பற்று மிகுந்து காணப்பட்ட நேரத்தில் இப்பாடல் ஒரு தமிழ் தேசிய கீதமாக எங்களிடையே விளங்கிற்று. தொடர்ந்து சங்கே முழங்கு (கலங்கரை விளக்கம்), புதியதோர் உலகம் செய்வோம் (சந்திரோதயம்) சித்திரச் சோலைகளே (நான் ஏன் பிறந்தேன்) என பாவேந்தர் பாடல்கள் இடம் பெற்றன.

படிக்காத மேதை படத்தில் படத்தில் எங்கிருந்தோ வந்தான் இடைச்சாதி நான் என்றான், என்கிற பாடலை படத்தின் மையக் கருத்துக்கேற்ப உபயோகித்திருப்பார் இயக்குநர். பாடலின் உச்ச வரிகள் வரும்போது கண்ணன் என்கிற வார்த்தை ரங்கன் என்று பாத்திரத்தின் பெயராக மாறிவிடும். சக்கரவர்த்தித் திருமகள் படத்தின் கட்டக் கடைசியில்.

காதலெனும் தீவினிலே ராதே, ராதே! அன்று கண்டெடுத்த பெண்மணியே! ராதே, ராதே! (தேகி)

காதலெனுஞ் சோலையிலே ராதே, ராதே! நின்ற கற்பகமாம் பூந் தருவே ராதே, ராதே! (தேகி) என்கிற பாரதியாரின் வரிகளைக் கையாண்டு

"காதலெனும் சோலையிலே ராதே நான் கண்டெடுத்த பொன் மலரே ராதே ராதே காதலெனும் காவியத்தை ராதே ராதே உந்தன் கண்களிலே கண்டேனடி ராதே" என்று மாற்றி எழுதியிருப்பார், கவிஞர் யாரென்று நினைவில்லை. அதே படத்தில் பாரதியாரின் "டில்லி துருக்கர் செய்த வழக்கமடி கண்ணம்மா திரையிட்டு முகமலர் மறைத்து வைத்தல்..." பாடலை அப்படியே பயன் படுத்தியிருப்பார்கள்.

பாரதி மகாபெரிய சக்தி உபாசகன். அவன் அவளைப் போற்றுவது போலவே உரிமையுடன் சொல்லடி சிவசக்தி என்று கோபித்தும் கொள்ளுவான். அதே உரிமையில், ஆதி பராசக்தி படத்தில் அபிராமி பட்டர் வாயால் "சொல்லடி அபிராமி,

வானில் சுடர் வருமோ எனக்கு இடர் வருமோ..." என்று பாட வைத்திருப்பார் கண்ணதாசன். அதே பாடலில்:

செங்கையில் வண்டு கலின்கலின் என்று
செயம் செயம் என்றாட – இடை
சங்கதம் என்று சிலம்பு புலம்பொடு
தண்டை கலந்தாட
கொங்கை கொடும்பகை வென்றனம் என்று
குழைந்து குழைந்தாட – மலர்ப்
பைங்கொடி நங்கை வசந்த சவுந்தரி
பந்து பயன்றாளே

என்கிற குறவஞ்சிப் பாடல் வரிகளை அநேகமாகக் கையாண்டு கடைசி வரியை மட்டும்

"மலர்ப் பங்கயமே உனைப் பாடிய பிள்ளை முன் நிலவு எழுந்தாட.." என்று மாற்றியிருப்பார். அதே போல ஓடக்காண்பது பூம்புனல் வெள்ளம் ஒடுங்கக் காண்பது யோகியர் உள்ளம் என்ற குறவஞ்சிப் பாடலை வாழ்க்கை வாழ்வதற்கே படத்தில், "ஆடக்காண்பது காவிரி வெள்ளம் அசையக் காண்பது கன்னியர் உள்ளம் என்று எழுதியிருப்பார் கண்ணதாசன். இன்னும் சொன்னால்,

மத்தளம் கொட்ட வரிசங்கம் நின்றூத
முத்துடைத் தாமம் நிரை தாழ்ந்த பந்தல் கீழ்
மைத்துனன் நம்பி மதுசூதன் வந்து என்னைக்
கைத்தலம் பற்றக் கனாக் கண்டேன் தோழீ நான்

என்கிற ஆண்டாள் திருமொழிப் பாடலை கந்தன் கருணை படத்தில், 'மனம் படைத்தேன் உன்னை நினைப்பதற்கு' என்று ஆரம்பிக்கிற பாடலில், "மத்தள மேளம் முரசொலிக்க வரி சங்கம் நின்றாங்கே ஒலியிசைக்க கைத்தலம் நான் பற்றக் கனவு கண்டேன், அந்தக் கனவுகள் நனவாக உறவு தந்தாய்" என்று எடுத்தாண்டிருப்பார். அதே போல

தோள்கண்டார் தோளே கண்டார்
தொடுகழல் கமலம் அன்ன

தாள்கண்டார் தாளே கண்டார். என்கிற கம்பராமாயணப் பாடலை கண்ணதாசன், இதயக்கமலம் படத்தில், "தோள் கண்டே தோளே கண்டேன் தோளிலிரு கிளிகள் கண்டேன்..." என்று சற்றே மாற்றிக் கையாண்டிருப்பார். மன்னாதி மன்னன் படத்தின்

கதை ஆட்டனத்தி ஆதி மந்தி கதையைத் தழுவி எழுதப்பெற்றது. ஆதிமந்தி பற்றிய செய்திகள் குறுந்தொகை புற நானூறு பாடல்களில் காணக்கிடைக்கின்றன. கண்ணதாசன் இவற்றை வைத்து எழுதிய காவியம் ஆட்டனத்தி ஆதிமந்தி கதை. அதனை திரைக்கதையாக்கியே மன்னாதி மன்னன் படம் எடுக்கப்பட்டது. கலங்கரைத் தெய்வம் என்ற நாடகமும் இக்கதையினை வைத்து ஆனந்த விகடனில் துரோணன் என்பவரால் எழுதப் பெற்றது. கண்ணதாசன் சங்கப் பாடல்களை, தனிப்பாடல்களை, பாரதி வரிகளை வெளிப்படையாகவே எடுத்தாண்டுள்ளார்

பாரி மகளிர் பாடும் புறநானூற்றுப் பாடலான அற்றைத் திங்கள் அவ்வெண்ணிலவில் பாடலின் சாயலை பல படங்களில்க் காண முடியும். அன்று வந்ததும் இதே நிலா இன்று வந்ததும் அதே நிலா. பெரிய இடத்துப் பெண் படத்தில் வருகிற இந்தப் பாடல் மகிழ்ச்சியான நேரமொன்றிலும், துக்கமான சமயமொன்றிலும் பாடப்படும். துக்கப்பாடலின் வரிகள் பாரி மகளிரின் சோகத்தை நினைவுறுத்தும். “தூங்கச் சொன்னது காதல் நிலா, துடிக்கவிட்டது கால நிலா” என்கிற கண்ணதாச வரிகள் அற்புதமானவை. தங்கப் பதுமை படத்தில் பட்டுக்கோட்டை கல்யாணசுந்தரம் “நேற்று நம்மைக் கண்ட நிலா, நெஞ்சுருகிச் சென்ற நிலா வாழ்த்துகள் சொல்லுமே மனந்தன்னைக் கிள்ளுமே...” என்று தங்கப் பதுமை படத்தில் எழுதி இருப்பார். முன்னர் நமதிச்சையால் பிறந்தோமில்லை, முதலிறுதி இடை நம் வசமில்லை என்கிற பாரதியின் வரிகளை அபூர்வ ராகங்கள் படத்தில், “ஆரம்பத்தில் பிறப்பும் நம் கையில் இல்லை பின் அடுத்தடுத்த நடப்பும் நம் கையில் இல்லை.” என்கிற வரிகள் பிரதிபலிக்கும்

தங்கப் பதுமை படமே சிலப்பதிகாரத்தை ஒட்டி எழுதப் பட்ட ஒரு கதைதான். சிலப்பதிகாரத்தை ஒட்டி தமிழில் கண்ணகி எனவும் பூம்புகார் எனவும் இரண்டு திரைப்படங்கள் வந்துள்ளன. “கண்ணகி” படம் பழய தொன்மக் கதையின் அடிப்படையில் உருவாக்கப்பட்டது. சிவனுடன் ‘சக்தி பெரிதா சிவம் பெரிதா’ எனப் போட்டியிட்ட பார்வதியை சிவன், பாண்டியன் நெடுஞ் செழியன் தலைநகரில் அடைத்துக் கிடக்கும் துர்க்கை கோயிலில் சிலையாகப் போ என்று சபிப்பான். அந்தக் கோயிலில் யாரும் விளக்கேற்றிக் கும்பிடக்கூடாது என்பது பாண்டியன் கட்டளை. அது தெரியாமல் விளக்கேற்றி வழிபடும் ஒரு எண்ணெய் வாணிகனின் தலையை வெட்டி விட. அவன் தலை தனியே எழுந்து துர்க்கையிடமே நீதி கேட்க. பார்வதி, நீ மாசாத்துவானின் மகனாகப் பிறப்பாய் என்கிறாள். பார்வதியே கண்ணகியாகப்

பிறந்து பாண்டியன் வம்சத்தையே கூண்டோடு அழிக்கிறாள் என்று கதை செல்லும். காத்தவராயன் கதையும் இதே போல ஒரு தொல்கதையாகத்தான் ஆரம்பிக்கும் பூலோகத்தில் பிறந்து தவம் செய்து தன்னை அடையுமாறு சிவன் சபித்த பார்வதியின் மகனே காத்தவராயன் என்று செல்லும். கலைஞரின் பூம்புகார், இந்தப் பகுத்தறிவுக்கப்பாற்பட்ட புனைவுகளை விட்டு விட்டு ஒரு வரலாற்றுப் பார்வையோடு எழுதப் பட்டிருக்கும். சிலப்பதிகாரத்தில் இரண்டு நாயகியர் கண்ணகி மாதவி என்று வருவார்கள். இது, 90 சத விகித எம்.ஜிஆர், சிவாஜி படங்களிலும், ஏன் இன்றையக் காலம் வரைக்கும் தொடர்கிறது.

> மடந்தை பொன்திரு மேகலை மணி உகவே மாசு
> அறத் திகழும் ஏகாந்த
> இடம்தனில் புரிந்தே நான் அயர்ந்து இருப்ப, "எடுக்கவோ? கோக்கவே?"" என்றான்;
> திடம் படுத்திடு வேல் இராசராசனுக்குச் செருமுனைச் சென்று, செஞ்சோற்றுக்
> கடன் கழிப்பதுவே, எனக்கு இனிப் புகழும், கருமமும்,

என்கிற வில்லி பாரதத்தின் வரிகளைக் கர்ணன் திரைப் படத்தில் அப்படியே கையாண்டிருப்பார்கள். இவை வடமொழி மகாபாரதத்தில் இல்லையென்றே கருதுகிறேன்.

இதில் வருகிற செஞ்சோற்றுக் கடன் (சீவகசிந்தாமணி போன்ற பல காப்பியங்களிலும் வரும். சீவக: 2240) என்கிற வார்த்தையை கண்ணதாசன், "செஞ்சோற்றுக் கடன் தீர்க்க சேராத இடம் சேர்ந்து வஞ்சத்தில் வீழ்ந்தாயடா கர்ணா வஞ்சகன் கண்ணனடா" என்று எளிமையும் உருக்கமுமாக எழுதியிருப்பார்.

யாவரும் அறிந்த சிலப்பதிகாரத்தின் கானல் வரி பாடலான "திங்கள் மாலை வெண்குடையாய் பாடலை" அப்படியே கரும்பு என்ற திரைப்படத்திற்காக, ஒலிப்பதிவு செய்தார்கள் படம் வரவில்லை. நடந்தாய் வாழி காவேரி என்று ஆரம்பிக்கும் அகத்தியர் படப்பாடலும் நினைவுக்கு வரும். பூம்பூகார் படத்தில் மாயவனாதன் அருமையாக, "காவிரிப் பெண்ணே வாழ்க உந்தன் காதலன் சோழ வேந்தனும் வாழ்க" என்று எழுதியிருப்பார்.

பதினாறாம் நூற்றாண்டு வாக்கில் எழுதப் பெற்ற "திருவிளையாடற் புராணம்" நூலில் சிவ பெருமானின் அறுபத்தி நாலு திருவிளையாடல்கள் சொல்லப்பட்டுள்ளன. அவற்றை அடியொற்றி ஏ.பி. நாகராஜன் "திருவிளையாடல்" என்று படம் எடுத்தார். தொடர்ந்து அவர் எடுத்த 'சரஸ்வதி சபதம்'

நாடோடிக்கதையைத் தழுவியது எனலாம்., என்றாலும் புதுமைப் பித்தன்' அதை ஒரு நாடகமாக எழுதியுள்ளார். ஏ.பி.நாகராஜன், பெரிய புராணத்தை அடிப்படையாக வைத்து திருவருட் செல்வர் படம் எடுத்தார். அதில் சம்பந்தர், திருநாவுக்கரசர், சுந்தரர் பாடல்களை எடுத்தாண்டார். பித்தா பிறை சூடி தேவாரப் பாடலைத் தொடர்ந்து கண்ணதாசன் எழுதி கே வி மகாதேவன் இசையில் வரும் "சித்தமெல்லாம் எனக்கு சிவ மயமே..." என்ற கண்ணதாசன் எழுதிய பாடல் ஒரு அற்புதம், அல்லது நவீன தேவாரம். சுந்தரமூர்த்தி நாயனார் என்று தனியாகவே ஒரு படம் வந்தது. அடியார்கள் பற்றிப் பல திரைப்படங்கள் வந்துள்ளன. பட்டினத்தார், அருணகிரிநாதர் வரலாறுகளும் படமாக வந்துள்ளன. அருணகிரி நாதர் படத்தில் முத்தைத் தரு பத்தித்திரு திருப்புகழ் பாடலையும், பட்டினத்தாரில் முன்னையிட்ட தீ பாடலும் வரும்.

சரித்திர நிகழ்வுகளைக் கதைகளனாக்கிப் புனைவும் சேர்த்து எழுதப்பட்ட பல நாவல்கள் திரைப் படமாகி இருக்கின்றன. பெரும்பாலும் இவை வெற்றி பெற்றதில்லை. கல்கி எழுதிய பார்த்திபன் கனவு, அகிலன் எழுதிய கயல்விழி (மதுரையை மீட்ட சுந்தர பாண்டியன்), போன்ற படங்கள் அவ்வளவாக வெற்றி பெறவில்லை,காரணம் திரைக்கதை அமைப்பதில் உள்ள சிக்கல்கள். பார்த்திபன் கனவு நாவலில், சிவனடியாக வருபவர் யாரென்றே யூகிக்க முடியாது. படத்தில் பல்லவச் சக்கரவர்த்தியாகவும் சிவனடியாராகவும் நடிக்கும் ரங்கா ராவ் என்ற நடிகரின் இயல்பான ஆகிருதியை பார்வையாளர்கள் எளிதாக அடையாளம் கண்டு கொண்டு சஸ்பென்ஸ் முதலிலேயே உடைந்து விடும். கயல்விழி கதையை எம்.ஜி.ஆருக்காக நிறைய மாற்றி திரைக்கதை எழுதப்பட்டிருக்கும். பார்த்திபன் கனவு படம் பல்லவர்கள் வரலாற்றை ஓரளவு நன்றாகக் காட்டும். அதே போல காஞ் சித்தலைவன் படமும் நரசிம்ம பல்லவர் காலத்தைச் சரியாகக் காட்டும். அவரது அவையில் பௌத்த, சமண, சைவத் துறவிகளுக்கு சம அந்தஸ்து வழங்கப் பட்டிருப்பதையும், சைவத் துறவியான திருநாவுக்கரசர் மாமல்லன் என்ற பட்டத்தை வழங்கிய சரித்திர நிகழ்வும், சீன யாத்ரிகர் யுவான்சுவாங் காஞ்சிக்குப் பயணம் மேற்கொண்ட நிகழ்வும் ஆவணப் படுத்தப் பட்டிருக்கின்றன. அதே நேரத்தில் காஞ்சியில் நடந்த சைவ பௌத்த சமண மதச் சண்டைக் காட்சியொன்றும் புலிகேசியின் தூண்டுதலால் நடை பெறுவது காட்டப்படும். கப்பலோட்டிய தமிழன் படத்தில் வ.உ.சி, பாரதியின் வாழ்க்கை நன்றாக படம் பிடிக்கப்பட்டிருக்கும்

சரித்திரப் படங்களின் காலத்திலிருந்து மெதுவாக நகர்ந்து சமூகப் படங்கள் வரத்தொடங்கிய காலத்தில், சரித்திர ஓரங்க நாடகங்களை கலைஞர் நேர்த்தியாக படத்தில் நுழைத்தார். ராஜாராணி படத்தில் சேரன் செங்குட்டுவன் நாடகத்தில் கனக விசயனின் தலையில் கல்லேற்றி கண்ணகிக்குச் சிலை செய்த கதை வரும். அதே கதை, மன்னாதி மன்னன் படத்தில், அச்சம் என்பது மடமையடா பாடலின் சரணமொன்றில், “கனக விசயரின் முடித்தலை நெறித்துக் கல்லினை வைத்தான் சேர மகன்...” என்றும், தாய் மகளுக்குக் கட்டிய தாலி படத்தில், “ஒன்றல்ல இரண்டல்ல தம்பி சொல்ல ஒப்புமை இல்லாத அற்புதம் தமிழ்நாட்டில்” பாடலில் “இமயத்தை வெற்றி கொண்டான் ஒரு சேரன், அதில் ஏற்றினான் புலிக் கொடியை ஒரு சோழன்” என்றும், பழம் பெருமையைக் கண்ணதாசன் பாடுவார். அதே பாடலில் “முல்லைக்குத் தேர் கொடுத்தான் வேள் பாரி கார் முகிலினும் பேர் படைத்த உபகாரி.” என்றும் சரித்திரப் பதிவுகளை மேற்கொள்வார் கண்ணதாசன். அன்று இமயத்தில் சேரன் கொடி பறந்த அந்தக் காலம் தெரிகின்றது” என அன்பே வா படத்தில் வாலியும் எழுதியிருப்பார்.

பாடாண்திணையும் செவியறிவுறூஉ என்றொரு துறையும் நமது புறப்பாட்டுச் சொத்து. அன்று புலவர்கள் மன்னர்களுக்கு அறிவுறுத்தினார்கள். இன்றைய திரையுலக மன்னர்கள் வாயிலாக பாடலாசிரியர்கள் மக்களுக்கு அறிவுறுத்துகிறார்கள். “தூங்காதே தம்பி தூங்காதே”, என்றும், “கண் போன போக்கிலே கால் போகலாமா” என்றும், ஒன்னா இருக்கக் கத்துக்கணும் இந்த உண்மையச் சொன்னா ஒத்துக்கணும் என்றும் இன்னும் பல விதங்களிலும் 1950களில் ஆரம்பித்து இன்று வரை பல ஆளுமை மிக்க நாயகர்களாலும் மனிதா உன் மனதைக் கீறி விதை போடு மரமாகும், அவமானம் படுதோல்வி எல்லாமே உரமாகும்... என்று நாயகிகளாலும் அறிவுறுத்தப்படுகிறார்கள். ஆளுமைகள், திரை அரசியலிலிருந்து நிஜ அரசியலுக்கும் போகிறார்கள்.

தமிழ்நாட்டைப் பொறுத்த வரையில் தமிழ் வாழ்வும் தமிழ் அரசியலும் தமிழ் சினிமாவுடன் பின்னிப் பிணைந்தது. அதற்கு தமிழ் சினிமாவின் பிந்திய அரை நூற்றாண்டு காலத்தின் கதாசிரியர்களும், வசனகர்த்தாக்களும், பல கலைஞர்களும், குறிப்பாகப் பல பாடலாசிரியர்களும் உதவி இருக்கிறார்கள் என்பது இன்றைக்குச் சரித்திரமாகி இருக்கிறது. அதற்குச் சான்றாகப் பாடல்கள் இருக்கின்றன. நாமே அதற்கு சாட்சியாகவும் இருக்கிறோம். வாழ்த்துகள் நண்பர்களே.

14

சைக்கிள் வண்டி மேலே...

கதாநாயகர்கள் அறிமுகமாகும் காட்சிகளில் கம்பீரமான, 'வாய்மையே வெல்லுமடா', என்றோ சத்தியமே லட்சியமாய் கொள்ளடா என்றோ அறிவுரை சொல்லுகிற பாடல்களுடன் அறிமுகமாவார்கள். இது வாழ்விலோர் திருநாள் என்று பாகவதர் வெள்ளைக் குதிரையில் பாடுவதில் ஆரம்பித்ததா அதற்கு முன்பே உண்டா தெரியவில்லை. பெண்களும் குதிரையில் பாடியபடி அறிமுகம் ஆவார்கள். பெண் படத்தில் வைஜயந்தி மாலா "அகில பாரத பெண்கள் திலகமாய் அவனியில் வாழ்வேன் நானே" என்று குதிரையில் பாடிக் கொண்டு அறிமுகம் ஆவார். இது சமூகப் படம்தான், ஆனாலும் குதிரையில் வருவார் கதாநாயகி. எல்லாப் படங்களிலும் இதற்கு கதையமைப்பு இடம் கொடுக்க வேண்டுமே. இப்போதைய படமென்றால் பைக்கிலோ ஸ்கூட்டியிலோ காண்பிக்கலாம். டில்லியையே லாம்ப்ரெட்டாவோ வெஸ்பாவோ எட்டிப் பார்க்காத காலத்தில் சைக்கிள்தான்.

அடுத்த வீட்டுப் பெண் படத்தில் அஞ்சலிதேவி, தன் தோழியருடன் "கன்னித்தமிழ் மணம் வீசுதடி காவியத் தென்றலுடன் பேசுதடி..." என்று தோழிகளுடன் பாடிக் கொண்டு வருவார். அஞ்சலிதேவி நடிகை மட்டுமல்ல, தயாரிப்பாளரும் கூட.

தமிழிலும் தெலுங்கிலும் படங்கள் தயாரித்தவர். அவரது கணவர் ஆதிநாராயணராவ் ஒரு இசையமைப்பாளர். அஞ்சலியை அந்தக் கால லேடி எம்.ஜி.ஆர் என்பார்கள். பிற்காலத்தில் நிறையப் படங்கள் தயாரித்த கே ஆர் விஜயாவையும் அப்படிச் சொல்வார்கள்.அஞ்சலி எவர்கிரீன் நடிகை. எல்லா உடையும் அவருக்குப் பொருந்தும். அதே போலத்தான் சரோஜாதேவிக்கும் எல்லா உடையும் பொருந்தும். என் ஞாவகம் சரியானதென்றால் தமிழ் சினிமாவில் அதிகம் சைக்கிள் ஓட்டியது சரோஜாதேவியாகத்தான் இருக்கும்.

கல்யாண பரிசு படத்தில். சைக்கிள்களையும் ஒரு பாத்திரமாக்கி இருப்பார் ஸ்ரீதர். சைக்கிள் மணியின் தாளத்தோடேயே அழகான பாடல் ஆரம்பிக்கும். “வாடிக்கை மறந்ததும் ஏனோ” என்று. பட்டுக் கோட்டையின் அழகான காதல் பாட்டு. அதில் வருகிற, நான் கருங்கல்லுச் சிலையோ காதலெனக்கிலையோ வரம்பு மீறுதல் முறையோ என்று அப்படியே அவர் காலத்து களவொழுக்கத்தைக் காட்டும். ஸ்ரீதரின் காலத்திய கலைஞரும் அவரது சீடருமான கே.எஸ்.கோபாலகிருஷ்ணனும், இதே போல சைக்கிள்களைத் தூது விட்டு காதலை வளர்த்திருப்பார், சித்தி படத்தில். விஜய நிர்மலாவும் முத்துராமனும் “சந்திப்போமா இன்று சந்திப்போமா” என்று பாடஆரம்பிக்கும் முன் சைக்கிள்கள் ஒன்றையொன்று முத்தமிட்டுக் கொள்ளும்.

சரோஜாதேவி, தர்மம் தலை காக்கும் படத்தில், “அழகான வாழை மலர்த்தோட்டம் இது ஆடி வரும் தங்க மயிலாட்டம்..” என்று கோரஸாகப் பாடிக் கொண்டு சைக்கிள் தோழிகளுடன் அறிமுகமாவார். இதே போல அவரது நிதியுதவியில் தயாரிக்கப்பட்டு “சரோஜாதேவி அளிக்கும்” என்று வெளிவந்த பாசமும் நேசமும் படத்திலும், தோழியர் புடை சூழ சால்வார் கமீஸுடன், “கன்னியர்கள் கூட்டம் கட்டழகுத் தோட்டம், சிட்டு விழி முத்து நகை சதுராட்டம்.” வேதா இசையில் ஒரிஜினல் டியூனில் நல்ல பாடல்கள் உள்ள படம். ஆனால் படம் தோல்விப் படம். அதற்கப்புறம் நல்லவேளையாக சரோஜாதேவி படம் தயாரிக்கும் ஆசையை சைக்கிள் கேரியரில் வைத்து அனுப்பி விட்டார்.

காதல் பாடல்கள்தான் சினிமாவில் எத்தனை ஆயிரம் இருக்கும். அதுவும் ஒரே விதமான ஃபார்முலாவுக்கேற்ப ஏழு பாடல்களில் மூன்று டூயட், நாயக நாயகிகளுக்கு தலா ஒரு தனிப்பாடல் காமெடியனுக்குத் தேவையென்றால் ஒரு டூயட். இல்லையென்றால் அதையும் நாயகனுக்கோ நாயகிக்கோ நேர்ந்து விடுவார்கள். பாட்டுக்கள் போக, நாலு சண்டைக்

காட்சிகள் என்று ஃபார்முலாப்படி ஒவ்வொரு படத்திற்கும் காட்சிகளை யோசித்து பாட்டுப் புனைந்து மெட்டுப் போட்டு, அதில் வெரைட்டியைக் கொண்டு வருவது எப்படி. சரி நாயகன் சைக்கிள் ஓட்டச் சொல்லிக் கொடுப்பதை ஒரு காதல் காட்சியாக வைக்கலாமா. வைக்கலாமே. வைத்தாயிற்று நீதிக்குப் பின் பாசம் படத்தில். சரோஜாதேவிக்கு எம்.ஜி.ஆர் சைக்கிள் ஓட்டக் கற்றுக் கொடுப்பார். "அக்கம் பக்கம் பார்க்காதே ஆளைக் கண்டு மிரளாதே, இடுப்பை இடுப்பை வளைக்காதே ஹேண்டில் பாரை ஒடிக்காதே." பாட்டு எழுதிய கண்ணதாசனுக்கும் சொல்லிக் கொடுக்கிற எம்.ஜி.ஆருக்கும் சைக்கிள் ஓட்டத் தெரியுமா. அவருக்கு அழகாகப் பாட்டு வரும் இவருக்கு நடிப்பு வரும். இதில் கடைசி சீனில் சரோஜாதேவி தோழியிடம் சைக்கிள் இரவல் வாங்கிப் போய் போலிஸ்காரர்களை அழைத்து வருவார். தோழி கேட்பார் நீ எப்பமடீ சைக்கிள் படிச்சே?.

இந்தக் காதல் இப்படி என்றால், ஒரே சைக்கிளில் பின்னால் உட்கார்ந்து முன்னால் உட்கார்ந்து, நின்று கொண்டு, தழுவிக்கொண்டு, கொஞ்சிக் கொண்டு சைக்கிள் வித்தைக்காரன் போல ஒரு முழு லவ் டூயட்டையும் சைக்கிளிலேயே எடுத்து இருப்பார் ராமண்ணா, ரவிச் சந்திரன் ஜெயலலிதாவை வைத்து. "நடந்தது என்னவென்று நீயே சொல்லு ரகசியம் பேசுகின்ற கண்ணால் சொல்லு..." என்று குமரிப் பெண் படத்தில் வரும் பாடலில். முக்கால் வாசி காட்சிகள் லாங் ஷாட்டில் டூப் நடிகர்கள். குளோசப் காட்சிகள், பேக் புரொஜக்ஷன் என்கிற பின்னால் படத்தை ஓடவிட்டு, சைக்கிள ஸ்டாண்ட் போட்டு ஸ்டுடியோவிற்குள் எடுக்கப்பட்டிருக்கும். பொதுவாகவே ராமண்ணா படங்களில் இப்படி வினோதமான காதல் காட்சிகள் இருக்கும். பணக்காரக் குடும்பம் படத்தில் கட்டை வண்டிக்கடியில் மழைக்கு ஒதுங்கி லவ் டூயட். 'நான்' படத்தில் காருக்குள்ளேயே காதல். அதில் காருக்கு வெளியே பாடல் சத்தம் குறைவாகவும், உள்ளே அதிகமாகவும் கேட்கும். மூன்றெழுத்து படத்தில் பெட்டிக்குள் காதல். தங்க சுரங்கம் படத்தில் கிணற்றுக்குள்.

பணக்காரக் குடும்பம் படத்தில் எம்.ஜி.ஆரும் மணிமாலாவும், ஆளுக்கொரு சைக்கிள்களில், "ஒன்று எங்கள் ஜாதியே ஒன்று எங்கள் நீதியே உழைக்கும் மக்கள் யாவரும் ஒருவர் பெற்ற மக்களே" என்று பாடிக் கொண்டு வருவார்கள் இதிலும் லாங்க் ஷாட்டில் யாரோ டூப் ஓட்ட, குளோசப்பில் பேக் புரொஜக்ஷனில், விரையும் சாலையின் படம் ஓட, ஸ்டான்ட் போட்டு மிதிக்கிற

டெக்னிக் தான். மிகப் பிரபலமான “பாவ மன்னிப்பு படத்தில்,” வந்த நாள் முதல் இந்த நாள் வரை பாடலில், குளோசப் சிவாஜி ஸ்டாண்ட் போட்டுத்தான் சைக்கிளில் போவார். எப்பொழுதுமே சர்க்கஸ் பபூனும் சரி, சினிமா காமெடியனும் சரி எல்லாக் கலைகளையும் கற்று வைக்க வேண்டும். தங்கவேலு நிறைய படங்களில் சைக்கிளில் வருவார். நன்றாக ஓட்டுவர். அடுத்த வீட்டுப் பெண் படத்தில் எம்.சரோஜாவுடன் சைக்கிள் மோதலில்தான் காதலே ஆரம்பமாகும். பாக்கியலட்சுமி படத்தில், “பார்த்தீரா ஓ அம்மா பார்த்திரா, இருபது வயசு இளகின மனசு, உருவத்திலே இது நடுத்தர மனசு.” என்று தங்கவேலுவும் எம்.சரோஜாவும் கேலியாகக் காதல் புரிவார்கள். சித்தி படத்தில் வி ஆர் ராஜ கோபால், விஜய நிர்மலாவை சைக்கிளில் கேலி செய்தபடி துரத்தி வருவார், “சைக்கிள் வண்டி மேலே ஒரு தங்க நிற பொம்மை போலே என்று பாடிக் கொண்டு.

தங்கவேலு இரும்புத்திரை படத்தில் சக தொழிலாளர்களுடன் சேர்ந்து கொண்டு, வேலை நிறுத்தத்தில் ஈடுபட்டு சைக்கிள் ஊர்வலம் போவார், “ஏரைப் புடிச்சவனும் இங்கிலீசு படிச்சவனும் ஏழை பணக்காரன் இப்ப ஒண்ணுங்க,” என்று பாடிக் கொண்டு. இதில் அவரது சைக்கிளில் மட்டும் யூனியன் கொடி ஹாண்டில் பாரில் பறக்காமல் கேரியரில் பறந்து அவரது முகத்தைப் பூரணமாக காட்டும். ஏனைய துணை நடிகர்கள் முகம் மறைத்துக் கொடி பறக்க சைக்கிள் ஓட்டுவார்கள். என்ன இருந்தாலும் இவர் ஸ்டார் தொழிலாளி அல்லவா. இந்தப் பாடல் அநேகமானோர் நினைப்பது போல பட்டுக்கோட்டை பாடல் அல்ல. கொத்தமங்கலம் சுப்பு எழுதியது.

எம்.ஜி.ஆர், சிவாஜி, ஜெமினி ரவிச்சந்திரன் என்று சொல்லி விட்டால் போதுமா. எஸ்.எஸ்.ஆர் என்ன பாவம் செய்தார். முதலாளி படத்தில் தேவிகாவையே சைக்கிளில் உட்கார்த்தி காதல் பாட்டு பாடி வருவார். “குங்குமப் பொட்டுக்காரா கோணல்க் கிராப்புக்காரா உன்னையே நான் பிரியேனே.” பாடலிலேயே தேவிகாவை கிண்டல் செய்வார், “புளி மூட்டை போலே பின்னாலே நீயும் ஏறி வந்தால் எளிதாக சைக்கிள் ஓட்ட முடியுமா.” பாடலில் ஒரு உழைக்கும் வர்க்கத்தின் எளிமையான அன்பும் கிண்டலும் புலப்படும். பாடல் கவி.கா.மு.ஷெரீப். எஸ்.எஸ்.ஆர் நன்றாகவே சைக்கிள் ஓட்டுவார், ஆனால் இறக்கமான பாதையில் ஓட்டுவார். ஜெய்சங்கர், கௌளரி கல்யாணம் படத்தில் தபால்காரராக வருவார். சைக்கிள் இல்லாத தபால்காரர் யாருண்டு. “ஒருவர்

மனதை ஒருவர் அறிய உதவும் சேவையிது" என்ற வாலியின் நல்ல பாடலைப் பாடிக் கொண்டு சூப்பராக சைக்கிள் ஓட்டுவார். ஏ.வி.எம்.ராஜன் ஒரு படத்தில் "கண்ணன் பிறந்தது சிறைச் சாலை என்று சைக்கிளில் பாடிக் கொண்டுவருவார்." ஆனந்தமடம் கதையினைத் தழுவி மிக மோசமாக தமிழில் எடுக்கப்பட்ட படம். பெயர் மறந்து விட்டது.

தொடர்ந்து மூன்று நான்கு நாட்களாக சைக்கிள் ஓட்டுவது தியாகம் படத்தில் சிவாஜி, அம்மன் கோயில் வாசலிலே படத்தில் சத்யராஜ் எல்லாம் செய்து காண்பித்தார்கள்.சிவாஜி, ரத்தம் கக்குகிற அளவுக்கு நன்றாக சைக்கிள் ஓட்டுவார். தபால்காரன் தங்கை, புதையல் அன்னமிட்ட கை படங்களில் முறையே ஜெமினி, சிவாஜி, நாகேஷ் ஆகியோர் தபால்காரர்களாக சைக்கிள்களுடன் வருவார்கள்.பாட்டுப் பாட மாட்டார்கள். தாய் மகளுக்குக் கட்டிய தாலி படத்தில் எம்.ஜி.ஆர் சைக்கிளுடன் வந்து அருமையான சிந்து பைரவியில் "ஆடி வரும் ஆடகப் பொற்பாவையடி நீ..." என்று பாடுவார். ஆனால் சைக்கிளை ஓட்டவே மாட்டார், உருட்டிக் கொண்டே வருவார், போவார். சைக்கிள் ஓட்டுவதை விட நாயகர்களுக்கு சைக்கிள் ரிக்ஷா ஓட்டுவது எளிது போல. ரிக்ஷாக்காரனில் தூள் கிளப்புவார். நாகேஷ், அனுபவி ராஜா அனுபவி, சுபதினம் படங்களில் நன்றாக ரிக்ஷா ஓட்டுவார்

சரோஜாதேவி போல எல்லா உடையும் பொருந்துகிற இன்னொரு அழகு நதியா. "சின்னக் குயில் பாடும் பாட்டு கேக்குதா." பாடலில் மழலைப் பட்டாளத்துட்டன் சைக்கிள் பேரணி நடத்தும் நதியாவைப் பார்த்துக் கொண்டே இருக்கலாம். திருநெல்வேலி ரத்னா டாக்கீஸில் இந்தப் பாடல் முடிந்ததும், "டாக்டர் நதியா வாழ்க" என்று தியேட்டர் முழுக்க குரல் எழும்பும். அப்போது எம்.ஜி.ஆருக்கு கௌரவ டாக்டர் பட்டம் கொடுத்த நேரம். இதே போல் பொண்ணு ஊருக்குப் புதுசு படத்தில், வாண்டுகள் ஓரம் போ ஓரம் போ ருக்குமணி வண்டி வருது என்று பாடிக் கொண்டு வர, சுதாகர் சைக்கிள் பழகும் காட்சியும் பாடலும் படு ஹிட் ஆனது. அதில் சரிதா சோலைக்குயிலே காலைக் கதிரே என்று பாடியபடி சைக்கிளில் வருவார். பாடலும், இசையும், எஸ்.பி ஷைலஜா குரலும் மறக்க முடியாத அழகு. ஷைலஜாவின் முதல் பாடல் இதுதான் என்று நினைவு. இதே போல ஒரு பாடல், "சைக்கிள் வருது சைக்கிள் தள்ளிப் போங்க. டணால்ன்னு அடிக்கிற பெல்லும் சரியில்லீங்க.." என்று 'டணால் தங்கவேலு'வும் டி.பி. முத்து லட்சுமியும் பாடி

வருகிற, நீலாவுக்கு நெறஞ்ச மனசு படக்காட்சி ஞாபகம் வருகிறது. இசை மகாதேவன் மாமா. அஞ்சலி படத்தில் குழந்தைகள் "வேகம் போகும் மேஜிக் ஜேர்னி" பாடலில் ஆகாயமெங்கும் பறந்து திரிவார்கள், சைக்கிளில். பிற்காலத்தில் அண்ணாமலையில் ரஜினி குஷ்பு சைக்கிள் காதல், சிங்கார வேலன் கமல் குஷ்பு சைக்கிள் காதல், பாய்ஸ் படத்தில் சைக்கிள் வித்தை காட்டி மூக்குடை படுவது எல்லாம் இந்தத் தலைமுறை விஷயங்கள்.

சைக்கிளில் ஃப்ரண்ட் வீல், பேக் வீல், க்ராங் வீல், ப்ரீ வீல், ஃபோர்க், ஃப்ரேம், கோன், ஹப், ஸ்போக்ஸ் என்று ஏகப்பட்ட பாகங்கள் உண்டு. என் அப்பா சைக்கிளை முழுதாக பிரித்து, ஓவரால் செய்து மாட்டி விடுவார். அத்தனை பாகங்களுக்கும் பெயர் தெரியும், அதில் கொஞ்சம் எனக்கும் தெரியும். அதே போல தமிழ் சினிமாவில் சைக்கிள் சமாச்சாரங்கள் நிறைய இருக்கும். என் ஞாபகம் அனுமதிப்பது இப்போதைக்கு இவ்வளவுதான்.

கலாப்ரியாவின் படைப்புகள்

1. வெள்ளம். (கவிதைகள்) 1973
2. தீர்த்தயாத்திரை (கவிதைகள்) 1973
3. மற்றாங்கே (கவிதைகள்) 1979
4. எட்டயபுரம் (குறுங்காவியம்) 1982
5. சுயம்வரம் மற்றும் கவிதைகள் 1985
6. உலகெல்லாம்சூரியன் (கவிதைகள்) 1993
7. கலாப்ரியாகவிதைகள் (தொகுப்பு) (காவ்யா) 1994
8. அனிச்சம் (கவிதைகள்) 2000
9. கலாப்ரியா (கவிதைகள் தொகுப்பு) (தமிழினி) 2000
10. வனம்புகுதல் (கவிதைகள்) 2003
11. எல்லாம் கலந்த காற்று (கவிதைகள்) 2007
12. நினைவின் தாழ்வாரங்கள் (கட்டுரைகள்) 2009
13. கலாப்ரியா கவிதைகள் (சந்தியா பதிப்பகம்) 2009
14. ஓடும்நதி (கட்டுரைகள்) 2010
15. உருள்பெருந்தேர் (கட்டுரைகள்) 2011
16. நான்நீமீன் (கவிதைகள்) 2011
17. உளமுற்றதீ (கவிதைகள்) 2013
18. சுவரொட்டி (கட்டுரைகள்) 2013
19. காற்றின்பாடல் (கட்டுரைகள்) 2013
20. மறைந்து திரியும் நீரோடை (கட்டுரைகள்) 2014
21. தண்ணீர் சிறகுகள் (கவிதைகள்) 2014
22. என் உள்ளம் அழகான வெள்ளித்திரை (கட்டுரைகள்) 2015
23. மையத்தைப் பிரிகிற நீர்வட்டங்கள் (கட்டுரைகள்) 2015
24. சொந்தஊர்மழை (கவிதைகள்) 2015
25. தூண்டில் மிதவையின் குற்ற உனர்ச்சி (கவிதைகள்) 2016
26. பனிக்கால ஊஞ்சல் (கவிதைகள்) 2016
27. போகின்ற பாதையெல்லாம் (கட்டுரைகள்) 2016
28. சிலசெய்திகள் சிலபடிமங்கள் (கட்டுரைகள்) 2016
29. பேனாவுக்குள் அலையாடும் கடல் (கவிதைகள்) 2017
30. வேனல் (நாவல்) 2017
31. அன்பெனும் தனிஊசல் (கட்டுரைகள்) 2018
32. பாடலென்றும் புதியது (கட்டுரைகள்) 2018
33. சொல் உளி (கவிதைகள்) 2018
34. வானில் விழுந்த கோடுகள் (சிறுகதைகள்) 2018